നിറങ്ങളിലെ അപ്പുണ്ണി

ബാലസാഹിത്യം

നിറങ്ങളിലെ അപ്പുണ്ണി

റഷീദ് പരപ്പനങ്ങാടി

Little Green

little green
an imprint of green books private limited
gb building, civil lane road, ayyanthole,
thrissur- 680 003, kerala, ph: +91 487-2381066, 2381039
website: www.greenbooksindia.com
e-mail: info@greenbooksindia.com

malayalam
nirangalile appunni
children's novel
by
rasheed parappanangadi

first published july 2020

cover design : shahzad

manipal technologies ltd, manipal

branches:
thrissur 0487-2422515
thiruvananthapuram 0471-2335301
calicut 0495 4854662
enakulam 8589095302

isbn : 978-93-89671-68-1

LGPL/042/2020

എന്റെ വായനക്കാരായ
പ്രിയപ്പെട്ട കുഞ്ഞുങ്ങൾക്ക്

ഒന്ന്

ബസ്സിന്റെ ഇരമ്പം കേൾക്കുമ്പോഴെല്ലാം അമ്മ, അപ്പുണ്ണിയുടെ കൈ ഒന്നു കൂടി മുറുകെപ്പിടിച്ച് റോഡിലേക്ക് കുറച്ചു കൂടി ഇറങ്ങി നിൽക്കും. അടുത്തെത്തുന്നതിനും എത്രയോ മുമ്പ് കൈ നീട്ടിക്കാണിക്കും. പക്ഷേ ബസ്സുകളൊന്നും നിർത്തിയില്ല. എല്ലാം വേഗത കൂട്ടി ഓടിച്ചുപോവുകയാണ് ചെയ്തത്.

ഇറക്കത്തിനും അപ്പുറത്ത് ബസ്സുകൾ നിർത്താനുള്ള സ്റ്റോപ്പുണ്ട്. അവിടെ ബസ്സ് നിർത്തി ആളുകൾ ഇറങ്ങുകയും കയറുകയും ചെയ്യും. ഇവിടെനിന്ന് കൈകാട്ടിയാൽ ഒരിക്കലും ബസ്സ് നിർത്തുകയുണ്ടാവില്ല.

മഴ വീണ്ടും കുറേശ്ശെ ചാറാൻ തുടങ്ങിയിരിക്കുന്നു. ഇനിയിപ്പോൾ ശക്തിയായി കാറ്റും മഴയും വന്നാൽ എന്താണ് ചെയ്യുക? അടുത്തെവിടെയെങ്കിലും പീടിക ഉണ്ടായിരുന്നെങ്കിൽ കയറി നിൽക്കാമായിരുന്നു. പക്ഷേ ഇനി അങ്ങോട്ട് ബസ്സ് നിർത്തുന്നിടംവരെ പീടികകളൊന്നുമില്ല.

ഇനിയും ആളുകളും അങ്ങാടിയും കാണണമെങ്കിൽ ധർമ്മാസ്പത്രിയുടെ അവിടംവരെ പോവണം. അവിടെ തകരഷീറ്റുകൊണ്ട് മറച്ച ബസ്സ്റ്റോപ്പുണ്ട്. ഇരിക്കാൻ കല്ലുകൾക്കു മുകളിൽ പലകയിട്ട ബെഞ്ചുകളുണ്ട്.

ബെഞ്ചുകളിൽ പലപ്പോഴും ആരെങ്കിലും ചുരുണ്ടുകൂടി കിടക്കുന്നതുകാണാം. ബസ് കയറാനുള്ളവർ പുറത്തു നിൽക്കുകയേ ഉള്ളൂ. ആരും ബെഞ്ചുകളിൽ ഇരിക്കാറില്ല.

അവൻ ആകാശത്തേക്ക് നോക്കി. മഴക്കാറുകൾ വീണ്ടും ഉരുണ്ടുകൂടാൻ പോവുകയാണെന്ന് തോന്നുന്നു.

ഇരുട്ടുകൊണ്ട് ആകാശം തീർത്തുംകാണാനാവുന്നില്ല.

രാവിലെ മുതൽ വൈകുന്നേരംവരെ മഴ തോരാതെ പെയ്യുകയായിരുന്നു.

ഉയർന്ന തിണ്ടിൽനിന്ന് പറമ്പിലേക്ക് വെള്ളം ചാലുവെക്കുന്നത് നോക്കി അപ്പുണ്ണി പകൽ ഒരുപാടുനേരം കോലായിൽ ഇരുന്നിരുന്നു.

കടലാസുകൊണ്ട് ഒരു തോണി ഉണ്ടാക്കിയിട്ടാൽ കുത്തനെ പറമ്പിൽനിന്ന് കീഴോട്ട് ചാടി വെള്ളത്തിൽ കുഴഞ്ഞുമറിയുന്നത് കാണാമായിരുന്നു. പക്ഷേ തോണിയുമായി അപ്പോഴൊന്നും മുറ്റത്തേക്കിറങ്ങാൻ മഴ സമ്മതിച്ചില്ല. മഴ സമ്മതിച്ചാലും അവൻ തോണിയുണ്ടാക്കിയാൽ വേണ്ടത്ര നന്നാവില്ല. അമ്മയോട് പറയാൻ എന്തുകൊണ്ടോ മനസ്സു വന്നില്ല.

രാവിലെ മുതൽ അമ്മ വല്ലാതെ ദുഃഖിച്ചിരിക്കുകയായിരുന്നു. അതുകൊണ്ടുതന്നെ ഒന്നും അമ്മയോടു പറയാൻ അവന് തോന്നിയില്ല.

ഉച്ചയ്ക്ക് മഴയുടെ ശാഠ്യത്തിലേക്ക് അമ്മ അലൂമിനിയ പാത്രത്തിൽ നീക്കിവെച്ച കഞ്ഞിയും ചമ്മന്തിയും മുന്നിൽവെച്ച് കുറേനേരം ഇരുന്നു. അപ്പോഴെല്ലാം അവന്റെ നോട്ടം അമ്മ എന്തു ചെയ്യുന്നുവെന്നായിരുന്നു. സാധാരണ തനിക്ക് കഞ്ഞി വിളമ്പിതന്നാൽ കുറേനേരം അമ്മ അടുത്ത് ഇരിക്കും. പിന്നെ ഓരോ കയിൽ കുടിക്കുമ്പോഴും താഴെ കളയല്ലേയെന്ന് ഓർമ്മപ്പെടുത്തും. അല്ലെങ്കിൽ ചിലപ്പോൾ കഞ്ഞിതീരുന്നതിനു മുമ്പ് കൂട്ടാൻ തീർത്തതിനെക്കുറിച്ചാവും പറയുക.

കുറച്ചുനേരം ഒപ്പം ഇരുന്നശേഷം അമ്മ പോവുന്നത് അടുക്കളയിലേക്കാവും. പിന്നെ വലിയ പാത്രത്തിൽ കഞ്ഞി ഒഴിച്ച് അമ്മയും കുടിക്കുന്നുണ്ടാവും.

ഇന്ന് പക്ഷേ കഞ്ഞിനീക്കി വെച്ച് അമ്മ വെറുതെ ഇരുന്ന് എന്തോ ആലോചിക്കുകയായിരുന്നു. അതുകൊണ്ടുതന്നെ അവന് ഒന്നും പറയാൻ തോന്നിയില്ല. കഞ്ഞികുടിച്ച പാത്രം നീക്കിവെച്ച് ഇറയത്തേക്ക് കൈകൾ നീട്ടി ട്രൗസറിന്റെ പിന്നിൽ അമർത്തി തുടച്ച് അകത്തേക്ക് വന്നപ്പോഴേക്കും അമ്മ പാത്രവുമായി അടുക്കളയിൽ പോയിക്കഴിഞ്ഞിരുന്നു.

അമ്മ കഞ്ഞികുടിക്കുന്നില്ലേ എന്ന് ചോദിക്കുന്നതിനുപകരം അവൻ മാറിനിന്ന് ഒളിഞ്ഞുനോക്കി. പാത്രങ്ങൾ ഒതുക്കിവെച്ച്

മുടി മാടിക്കെട്ടി മഴയിലേക്ക് നോക്കി അമ്മ കോലായിൽവന്ന് ഇരിക്കുകയാണ്.

പലപ്പോഴും അമ്മ കഞ്ഞികുടിച്ചില്ലേ എന്ന് ചോദിക്കാൻ നാവിൻ തുമ്പിലോളം വന്നതാണ്. അപ്പോഴെല്ലാം കുറച്ചുകൂടി കഴിയട്ടെ എന്നോർക്കുകയും പിന്നെ ചോദിച്ചില്ലെങ്കിൽ അമ്മ ഒന്നും കഴിക്കുകയുണ്ടാവില്ല എന്ന് സങ്കടപ്പെടുകയും ചെയ്തു.

മഴയുടെ ആരവം പതുക്കെ അമർന്ന ഒരു നിമിഷത്തിൽ അവൻ വീണ്ടും അമ്മയെക്കുറിച്ചോർത്തു. ഇപ്പോൾ അമ്മ ചീത്ത പറഞ്ഞാലും കേൾക്കാമെന്ന ധൈര്യത്തോടെ അവൻ ചോദിക്കുക തന്നെ ചെയ്തു.

“അമ്മ ഒന്നും കഴിച്ചില്ലല്ലോ ഇതുവരെ?”

ചോദ്യത്തോടൊപ്പം വല്ലാത്തൊരു സങ്കടവും പുറത്ത് വന്നുവെന്ന് അവനു തോന്നി.

അവന്റെ സംസാരത്തിന്റെ വിറയലിൽ അമ്മ ആകെ ഉലഞ്ഞു.

“അമ്മ വയറ് നിറച്ചും കഴിച്ചല്ലോ? നീ അത് വിചാരിച്ചിരിക്കുകയായിരുന്നോ ഇതുവരെ..?”

പിന്നെ തന്നെ കാണിക്കാൻ വേണ്ടിയാവണം അമ്മ നീട്ടി ഒരേമ്പക്കം വിട്ടുകൊണ്ട് ഒന്നുകൂടി അവനോട് ചേർന്ന് ഇരുന്നു ചുണ്ടുതുടച്ചു. അവനെ ചേർത്തു പിടിക്കുകയും ചെയ്തു.

അപ്പോഴും അമ്മ എന്തോ വിചാരപ്പെടുന്നുണ്ടെന്ന് അവന് തോന്നി. രാത്രിയും രാവിലെ പുറപ്പെട്ടു പോകുംവരേയും അച്ഛൻ വഴക്കിടുകയായിരുന്നു. അപ്പോഴൊന്നും അച്ഛൻ പറയുന്നത് അവന് മനസ്സിലാക്കിയെടുക്കാനായില്ല.

അച്ഛൻ കുടിച്ചാണ് എന്നും ആടിയാടി വീട്ടിലെത്തുക. വന്നപാടെ മുളംതൂണിൽ പിടിച്ച് ഏറെ നേരംനിൽക്കും. താളം തെറ്റി ഉടുത്ത മുണ്ട് മുറുക്കിയുടുക്കും. അപ്പോഴെല്ലാം അച്ഛന്റെ കണ്ണുകൾ ചുവന്നിരിക്കും. കണ്ണിന് താഴെ വല്ലാതെ തടിച്ച് മുഖം തൂങ്ങിയിരിക്കുന്നതുപോലെ തോന്നും.

ഇന്ന് രാവിലെ അച്ഛൻ വല്ലാതെ ശബ്ദമെടുത്ത് വർത്തമാനം പറഞ്ഞതും കൈയിൽ കിട്ടിയ ഒരു വിറക് കൊള്ളികൊണ്ട് അമ്മയെ അടിച്ചതും കണ്ടപ്പോൾ ‘അയ്യോ’ എന്ന് നിലവിളിച്ചുകൊണ്ട് അവൻ കുഴഞ്ഞുവീണു.

പിന്നെ "രണ്ടിനേം കൊന്ന് കുഴിച്ച് മൂടണം" എന്ന പ്രഖ്യാപനവുമായി അച്ഛൻ ചവിട്ടിക്കുടഞ്ഞ് പോവുകയായിരുന്നു.

പണ്ടൊക്കെ അടുത്ത വീട്ടുകാർ അമ്മയുടെ നിലവിളിയിലേക്ക് ഓടിയടുക്കുമായിരുന്നു. പിന്നെ നിലത്തുറയ്ക്കാത്ത അച്ഛനെ നോക്കി ഈർഷ്യ ചുരുട്ടിയെറിഞ്ഞ് അവർ പറയാറുണ്ട്.

"കള്ള് കുടിച്ചാ പള്ളേ കെടക്കണം. അല്ലാണ്ടെ കെട്ട്യോളിം ചെക്കനിം ഭേദ്യം കാട്ട്ല്ല വേണ്ടത്. ഒരുമ്പെട്ടോനേ."

എന്നിട്ടും അച്ഛനെ അവർ മുഖത്തുനോക്കി ചീത്തപറയുന്നതു കേൾക്കുമ്പോൾ അവന് സങ്കടം ഒതുക്കാൻ കഴിയില്ല.

കുടിച്ച് വരുന്ന അച്ഛൻ നിറഞ്ഞ കുപ്പിയും തൂക്കിയാവും പലപ്പോഴും വീട്ടിൽ വരിക. പിന്നെ രാവിലെ എഴുന്നേറ്റ് ബാക്കി കൂടി കുടിച്ചേ മുറ്റത്ത് പോലും ഇറങ്ങൂ.

'അമ്മയ്ക്ക് പോവാൻ ഒരിടമില്ലാതായിപ്പോയില്ലേ മോനേ' എന്ന് അമ്മ പലപ്പോഴും കൂട്ടിപ്പിടിച്ച് തേങ്ങിയിട്ടുണ്ട്.

അമ്മമ്മ പണ്ടൊരിക്കൽ വന്നിരുന്നു. കുപ്പായവും ട്രൗസറും പൊതി നിറയെ പലഹാരങ്ങളുമായി. പിന്നീട് ഒരിക്കൽ പോലും വന്നിട്ടില്ല.

അമ്മമ്മ അമ്മയെ കാണാൻ വരുന്നത് അമ്മയുടെ വീട്ടിൽ ആർക്കും ഇഷ്ടല്ല്യാത്രേ. ഒരിക്കൽ ആരോടൊക്കെയോ അന്വേഷിച്ച് ഒറ്റയ്ക്കാണ് അമ്മമ്മ വന്നത്. കുറേ കരഞ്ഞു.

"സാധിക്കാത്തതുകൊണ്ടാ മോളേ. ഇന്ന് വരുന്നതുതന്നെ നിന്റെ ആങ്ങള അറിഞ്ഞാ അമ്മേ കൊല്ലും."

അങ്ങനെ പറഞ്ഞ ഓർമ്മ അപ്പുണ്ണിയുടെ മനസ്സിൽ മായാതെ കിടപ്പുണ്ട്. പോവുമ്പോൾ ചുരുട്ടിയ കുറേ നോട്ടുകൾ അമ്മമ്മ കൈയിൽ വെച്ചുതന്നു. വാരിപ്പിടിച്ച് തെരുതെരെ ഉമ്മ തന്നു. അപ്പോൾ അവന്റെ കണ്ണുകളും അമ്മയുടെതുപോലെ നിറഞ്ഞുപോയി. ഒരിക്കൽ അമ്മയോട് ചോദിക്കുകയും ചെയ്തു.

"അമ്മമ്മ വന്നാ... എന്തിനാ അമ്മേ... അവര് കൊല്ല്ണ്?"

അതുകേട്ട് അമ്മ ചിരിക്കുകയായിരുന്നു.

"അമ്മയോട് മാമന് ദേഷ്യാ... അവർക്കാർക്കും നിന്റേച്ഛനെ കണ്ടൂടാ... അതോണ്ടാ."

അന്നൊക്കെ പക്ഷേ അച്ഛൻ ഇങ്ങനെയായിരുന്നില്ല. വൈകുന്നേരം പണികഴിഞ്ഞ് വരുന്ന അച്ഛന്റെ കൈയിൽ പൊതിയുണ്ടാവുമായിരുന്നു. പൊതിയിൽ പലഹാരങ്ങളുണ്ടാവുമായിരുന്നു. പിന്നീട് എപ്പോഴാണ് അച്ഛൻ അമ്മയെ വഴക്കുപറയാൻ തുടങ്ങിയത്...?"

രണ്ട്

നോക്കിനിൽക്കെ ഒരു ബസ്സുകൂടി റോഡിറങ്ങിവന്നു. അമ്മ കുറച്ചു കൂടി മുന്നോട്ടാഞ്ഞ് കൈ കാണിച്ചു. കാണാത്ത ഭാവം നടിച്ച് ബസ്സ് ഓടിച്ചുപോയി.

നീട്ടിയ കൈ താഴ്ത്തുന്നതിനു മുമ്പായി പിന്നിൽ നിന്ന് വരുന്ന ബസ്സ് അരികിലേക്ക് മാറി വേഗത കുറച്ച് സ്വല്പം മുന്നോട്ട് നീങ്ങി നിന്നു.

അമ്മ കൈപിടിച്ച് വലിച്ചോടുകയായിരുന്നു. നോക്കുമ്പോൾ ബസ്സല്ല. എവിടെനിന്നോ ചരക്കിറക്കി വരുന്ന ഒരു ലോറി.

മുന്നിൽ പോയ ബസ്സിന്റെ നേരെ പിറകിൽ വന്നപ്പോൾ ശരിക്കും കണ്ടില്ല. ബസ്സാണെന്നാണ് പെട്ടെന്ന് തോന്നിയത്. കയറാൻ ഓടിച്ചെന്ന അമ്മ അബദ്ധം പറ്റിയതുപോലെ തിരിഞ്ഞു നിന്നപ്പോൾ തല പുറത്തിട്ട് ഡ്രൈവർ ചോദിച്ചു.

"എവിടേപ്പോവാനാ? മഴയത്ത് കുടപോലുമില്ലാതെ മകനേം കൊണ്ട്, നേരം ഇരുട്ടിത്തുടങ്ങീലേ..."

പിന്നീടെന്തെങ്കിലും ചോദിക്കുന്നതിനു മുമ്പ് അയാൾ അവന്റെ കൈ വലിച്ച് കയറ്റിക്കഴിഞ്ഞിരുന്നു. അതോടെ അരികുപറ്റി അമ്മയും കയറി ഇരുന്നു.

അമ്മയുടെ കൈയിലെ പ്ലാസ്റ്റിക് സഞ്ചി സീറ്റിന് താഴെ വെച്ചു. അമ്മയുടെ സാരിയിലും ബ്ലൗസിലും അവിടവിടെ നനഞ്ഞ പാടുകൾ അവനു കാണാമായിരുന്നു.

എങ്ങോട്ടാണെന്ന ചോദ്യത്തിന് അമ്മ ഡ്രൈവറോട് എന്തോ പറഞ്ഞു. ചീറ്റുന്ന ലോറിയുടെ ശബ്ദത്തിനിടയിൽ അവനത്

പിടിച്ചെടുക്കാനായില്ല. അവനും അതുവരെയും ആലോചിച്ചത് അത് തന്നെയായിരുന്നു. എങ്ങോട്ടാണ് അമ്മ...?

അച്ഛനിപ്പോൾ വീട് മുഴുക്കെ തിരയുകയാവും. കൊല്ലാൻ വേണ്ടി വെട്ടുകത്തി തിരയുന്നതിനടയിലായിരുന്നല്ലോ അമ്മ തന്റെ കൈപിടിച്ച് അടുക്കളവാതിൽ തുറന്ന് പിന്നാമ്പുറത്തു കൂടെ ശേഖരേട്ടന്റെ പറമ്പ് കടന്ന് ഇടവഴിയിലേക്കിറങ്ങിയത്.

ഇടവഴിയിലൂടെ വലത്തോട്ട് തിരിഞ്ഞാലാണ് ബസ്സ് നിർത്തുന്ന സ്റ്റോപ്പിലെത്തുക. അമ്മ പക്ഷേ നേരെ മറ്റൊരു പറമ്പു കൂടി മുറിച്ചുകടന്ന് റോഡിന്റെ ഇറക്കത്തിലേക്ക് എത്തുകയായിരുന്നു. റോഡിലേക്കെത്താൻ അങ്ങനെയും ഒരു വഴിയുണ്ടെന്ന് അപ്പോഴാണ് അപ്പുണ്ണി അറിഞ്ഞത്.

വീട് മുഴുവൻ തിരഞ്ഞ് കാണാതിരുന്നാൽ ബസ്സ് കയറാൻ നിൽക്കുന്നേടത്ത് അച്ഛൻ തിരഞ്ഞുവരുമെന്ന് അമ്മ പേടിച്ചു കാണണം. വീട്ടിൽ കാണാതിരുന്നാൽ കുഞ്ഞുകുട്ടന്റെയും മാധവി ഏടത്തിയുടേയും വീട്ടിലേക്ക് അന്വേഷിച്ചു ചെല്ലൂ എന്ന് അപ്പുണ്ണിക്കു തോന്നി. അവരാണല്ലോ പലപ്പോഴും വീട്ടിൽ വരുന്നതും വർത്തമാനം പറഞ്ഞിരിക്കുന്നതും. എന്നാലും ഈ രാത്രിയിൽ അമ്മ എങ്ങോട്ടാവും അമ്മയുടെ വീട്ടിലേക്കാവുമോ?

എതിരെ വരുന്ന വാഹനങ്ങളുടെ വെളിച്ചം കണ്ണിലേക്ക് തറച്ചു വന്നു. പുറത്ത് ചാറൽമഴയുടെ തുള്ളികൾ ചില്ലുഗ്ലാസ്സിൽനിന്ന് വടിച്ച് താഴേക്ക് നീക്കിയിടുന്നതും നോക്കി അപ്പുണ്ണി ചാരി ഇരുന്നു. സാരിത്തുമ്പുകൊണ്ട് അമ്മ ഇടയ്ക്കിടെ മുഖം തുടയ്ക്കുന്നുണ്ട്. സീറ്റിന്റെ അറ്റത്തേക്കും വെള്ളത്തുള്ളികൾ തെറിച്ചു വീണുകൊണ്ടിരുന്നു. ചാറ്റൽ മഴയ്ക്കു പകരം ഉച്ചയ്ക്ക് പെയ്തപോലെ ശക്തിയായ മഴയായിരുന്നെങ്കിൽ ലോറിയിലായാലും ആകെ നനയുമായിരുന്നുവെന്ന് അവനു തോന്നി.

ഡ്രൈവർക്കു പുറമേ ഒരാൾക്കു മാത്രമേ ഇരിക്കാനുള്ള സ്ഥലമുള്ളൂ. അവിടെ അവന്റെ അരികു ചാരിയാണ് അമ്മ ഇരുന്നിരുന്നത്.

ഇപ്പോൾ ഇടയ്ക്കിടെ കാണുന്ന വാഹനങ്ങളുടെ മിന്നുന്ന പ്രകാശം തീർന്നാൽ പിന്നെ ഇരുട്ടാണ്. നനഞ്ഞ റോഡിൽ ചക്രങ്ങൾ ഉരയുന്ന ചീറ്റൽ മാത്രം.

റോഡ് രണ്ടായി പിരിയുന്ന ഒരു കവലയിൽ ലോറി സ്പീഡ് കുറച്ച് തിരിക്കാൻ തുടങ്ങുമ്പോൾ അമ്മ പറഞ്ഞു.

"ഞങ്ങളിവിടെ ഇറങ്ങിക്കോളാം."

അവിടെ മാത്രം റോഡിൽ നല്ല വെളിച്ചമുണ്ടായിരുന്നു. അവിടവിടെ ആളുകളും പീടികകളുമുണ്ട്. ഡ്രൈവർ വണ്ടി നിർത്തി മുൻവശത്തുകൂടി ചുറ്റിവന്ന് വാതിൽ തുറന്നു. അമ്മ എങ്ങനെയൊക്കെയോ ചവിട്ടുപടിയിലൂടെ ഊർന്നിറങ്ങി.

അമ്മ ഇറങ്ങിക്കഴിഞ്ഞതോടെ അവൻ പുറത്തേക്ക് ഒരു ചാട്ടമായിരുന്നു. പെട്ടെന്ന് അല്പം തെറ്റിയിരുന്നെങ്കിൽ മുഖം കുത്തി വീണുപോവുമായിരുന്നുവെന്ന് അവനു തോന്നി. ആ വെപ്രാളമൊന്നും അവൻ കാണിച്ചില്ല. അമ്മ സാരിത്തുമ്പിന്റെ കെട്ടഴിക്കാൻ തുടങ്ങുമ്പോൾ അയാൾ പറഞ്ഞു.

"പൈസയൊന്നും എടുക്കണ്ട, പൊയ്ക്കോളീ... ആ റോഡിനാ പോവണ്ടേ?"

അമ്മ ഒന്നു മൂളുക മാത്രം ചെയ്തു. പിന്നെ അയാളോട് പറഞ്ഞ വാക്കു പാലിക്കാനെന്നോണം വണ്ടി സ്റ്റാർട്ടാക്കുന്നതിനുമുമ്പ് കൈപിടിച്ച് അല്പം ഉയർന്ന റോഡിലൂടെ കടക്കുമ്പോൾ അവിടെ ഏതാനും സ്ത്രീകളും കുട്ടികളും കൂടിനിൽക്കുന്നുണ്ടായിരുന്നു.

ആൾക്കൂട്ടത്തിലേക്ക് ഒരു ജീപ്പ് വന്ന് നിർത്തി. നിർത്തിയതും പത്തുപതിനഞ്ചുപേർ ഇറങ്ങി നിന്നു. കുട്ടികളും സ്ത്രീകളുമായിരുന്നു കൂടുതൽ. അവർ ഇറങ്ങി റോഡിന്റെ ഓരത്തേക്ക് മാറിനിൽക്കുമ്പോഴേക്കും അടുത്ത ജീപ്പും വന്നുകഴിഞ്ഞിരുന്നു. പിന്നിൽ തൂങ്ങിനിൽക്കുന്നവർക്കു പുറമേ ഉള്ളിൽ നിന്നിറങ്ങിയവരും ആദ്യകൂട്ടത്തിനോട് ചേർന്നു നിന്നു.

ഡ്രൈവർമാർ പരസ്പരം പറഞ്ഞു.

"ഇനി ഒരു ട്രിപ്പിനും കൂടിയല്ലേ ഉണ്ടാവൂ."

അവർ വന്നതിനേക്കാൾ വേഗത്തിൽ തിരിച്ചുപോയി. കൂടിനിൽക്കുമ്പോൾ ആശ്വാസത്തിനുവേണ്ടി റോഡിന്റെ ഒരു വശത്തേക്ക് പരന്നു നിന്നു. കുട്ടികളും മുതിർന്നവരും വേർപിരിഞ്ഞ് കൂട്ടംകൂടിനിന്നു. അവനും അമ്മയും കാഴ്ച്ച കാണുന്നതിനിടയിലേക്ക് വന്നിറങ്ങിയവർ ചേർന്നുനിന്നതോടെ അവരും കൂട്ടത്തിന്റെ ഒരു ഭാഗമായിക്കഴിഞ്ഞിരുന്നു.

അവർ വീടിന്റെ ഇറയത്തുവരെ വെള്ളം കയറിയതിന്റെയും അകത്തേക്കു നീർക്കോലികൾ ഇഴഞ്ഞു കയറിയതിന്റെയും കഥകൾ പറഞ്ഞുകൊണ്ടിരുന്നു.

ഇങ്ങനെ നിന്നാൽ രണ്ടോ മൂന്നോ ദിവസംകൊണ്ട് പുരയാകെ അമർന്നുപോവുമല്ലോ എന്ന വേവലാതി കേട്ടപ്പോഴാണ്, വെള്ളപ്പൊക്കംകൊണ്ട് വീടൊഴിഞ്ഞുവരുന്നവരാണ് എല്ലാവരും എന്ന അറിവിലേക്ക് അവർ വന്നെത്തിയത്.

അപ്പോഴാണ് തൊട്ടടുത്ത മദ്രസ്സയിൽ ലൈറ്റ് തെളിഞ്ഞത്. പ്രകാശം നിരത്തിലേക്ക് കൂടി പരന്നൊഴുകിയതോടെ കുട്ടികളുടെ മനസ്സിൽനിന്ന് ഭയം വിട്ടകന്നതുപോലെത്തോന്നി.

അതുവരെയും പണിക്കാർ ലൈറ്റ് കത്തിക്കുവാനുള്ള തിരക്കിലായിരുന്നുവെന്ന് പ്രകാശത്തോടൊപ്പമുള്ള അവരുടെ വർത്തമാനങ്ങളിൽ നിന്നറിഞ്ഞു.

എല്ലാവരും ആരെയോ കാത്തു നിൽക്കുകയായിരുന്നു. അതിനിടെ തിരിച്ചുപോയ ജീപ്പുകൾ വീണ്ടും വന്നെത്തി. ആരൊക്കെയോ ഇറങ്ങിവരികയും നിർദ്ദേശങ്ങൾ ഉറക്കെയുറക്കെ ആവർത്തിക്കുകയും ചെയ്തു.

"എല്ലാവരും ഗേറ്റ് കടന്ന് മദ്രസ്സയിലേക്ക് നടന്നോളീ."

ഗേറ്റിൽനിന്നിരുന്ന ഒരാൾ അകത്ത് കടക്കുന്നവരുടെ എണ്ണം തിട്ടപ്പെടുത്തിക്കൊണ്ടിരുന്നു. കൂട്ടത്തിൽ പരസ്പരം പരിചയമില്ലാത്തവരും ഏറെയുണ്ടായിരുന്നു.

അവർ വെള്ളപ്പൊക്കത്തിന്റെ കെടുതികളാണ് ചോദിച്ചറിഞ്ഞത്.

"അമ്മേ നമ്മുടെ വീട്ടിൽ വെള്ളം കേറീട്ടില്ല്യാലോ. പിന്നെന്തിനാ നമ്മൾ."

അമ്മ അവന്റെ വായ പൊത്തി. എല്ലാവരും അകത്ത് കടന്നപ്പോൾ എണ്ണമെടുത്തിരുന്ന ആൾ പറഞ്ഞു.

"കുട്ടികളടക്കം അയ്മ്പത്തിയൊന്ന്."

"നാല്പത്തിഒമ്പതല്ലേള്ളൂ."

"അമ്പത്തിയൊന്ന് ശരിക്കുംണ്ട്. ഞ്ഞിവേണങ്കി കോലായിൽ പോയി ഒന്നുകൂടി എണ്ണി നോക്കി. ഇനിക്ക് എണ്ണം പിഴച്ചിട്ടൊന്നുംല്ല്യ."

"എന്നാൽ കയറുമ്പോൾ കുട്ടികളെ ആരെങ്കിലും വിട്ടുപോയി ട്ടുണ്ടാവും."

"ഓരോ ക്ലാസ്സിലും സ്ത്രീകൾക്കും കുട്ടികൾക്കും സൗകര്യ മൊരുക്കിക്കൊടുക്കിൻ. ആണുങ്ങൾക്ക് പൊറത്ത് വരാന്തേല് സൗകര്യാക്ക."

നിർദ്ദേശങ്ങൾ നൽകുന്നവരുടെയും അതനുസരിച്ച് കാര്യങ്ങൾ ചെയ്യുന്നവരുടെയും ഷർട്ടിനു മുകളിൽ ബാഡ്ജ് കുത്തിയിരുന്നു.

അവരാവും ഇതൊക്കെ ചെയ്യുന്നവരെന്ന് അപ്പുണ്ണിക്ക് മനസ്സി ലായി.

അവന്റെ കൈപിടിച്ച് അമ്മ ഒരു ക്ലാസ്സ്മുറിയുടെ വാതിൽ തുറന്നു. പൊളികളില്ലാത്ത ജനവാതിലിലൂടെ നോക്കുമ്പോൾ പുറത്ത് വലിയ രണ്ട് ചെമ്പുകൾ കയറ്റി വെച്ചിരിക്കുന്നു. അടി യിൽ കത്തിത്തീരാറായ വിറകുകൊള്ളികൾ.

ഇനിയും കെട്ടടങ്ങാത്ത കനലുകൾ. അവിടെ രണ്ട് മൂന്ന് ബൾ ബുകൾ നീണ്ടവയറുകളിൽ തൂങ്ങിക്കിടന്ന് കത്തിയാടുന്നുണ്ട്.

പുക ജനലിലൂടെ അകത്തേക്ക് വരാൻ തുടങ്ങുകയാണ്.

അപ്പുണ്ണി കെട്ടടങ്ങിയ വിറകിന്റെ ചുവന്ന കനലിലേക്ക് നോക്കി നിന്നു.

മൂന്ന്

വരാന്തയിൽ എല്ലാവരും മുഖാമുഖം രണ്ട് വരിയായി ഇരുന്നു. ഒരേ വീട്ടിൽനിന്ന് വരുന്നവർ തങ്ങളുടെ കൂടെയുള്ളവരെ ഒപ്പ മിരുത്താൻ ധൃതി കാണിച്ചു.

എല്ലാവരും ഇരുന്നു കഴിഞ്ഞപ്പോൾ ഇടയിലൂടെ വലിയ ബക്ക റ്റിൽ ചോറുമായി രണ്ടുപേർ വന്നു. അവർ ചെറിയ പ്ലേറ്റ് കൊണ്ട് കുത്തി അടർത്തി ഇലയിലേക്കിട്ടു കൊണ്ട് മുന്നോട്ടു നടന്നു.

ഇലകളിൽനിന്ന് ആവി വെളുത്ത പുകയായി ഉയർന്നു പൊങ്ങി. അപ്പുണ്ണി അമ്മയുടെ അരികു പറ്റി ഇരുന്നു. വരിയുടെ അറ്റത്താണ് അവർക്ക് ഇരിക്കാനിടം കിട്ടിയത്.

തല മുന്നോട്ട് നീട്ടി ചെരിഞ്ഞ് അറ്റത്തേക്ക് നോക്കുമ്പോൾ അപ്പുണ്ണിക്ക് വയറു നിറഞ്ഞതുപോലെ തോന്നി.

രണ്ട് വശങ്ങളിലുമുള്ള ഇലയിലേക്ക് ചോറ് കോരിയിട്ടു കൊണ്ട് മുന്നോട്ട് നീങ്ങുന്നവർക്ക് പിറകിൽ ബക്കറ്റിൽ സാമ്പാറുമായി മറ്റൊരാൾ കൂടി വന്നു.

“കുട്ടികൾക്കൊക്കെ കൊറച്ച് വെളമ്പ്യാ മതി.”

കുട്ടികളുടെ ഇലകളിൽ ആവശ്യത്തിലധികം വിളമ്പിയതിന് അമ്മമാരുടെ ഓർമ്മപ്പെടുത്തൽ സാമ്പാറ് വിളമ്പുന്നവർ ഉച്ചത്തിൽ കൈമാറി.

“പിന്നെ വേണങ്കി കൊടുക്കാലോ. എല്ലാവർക്കും വയറ് നിറച്ച് തിന്നാൻ മാത്രം ഉണ്ടാക്കീറ്റ്ണ്ട്. പിന്നെ എന്തിനാ പേടിക്ക്ണ്.”

“ഉച്ചയ്ക്ക് കട്ടിലിന്റെ മോളില് സ്റ്റൗ കയറ്റി വെച്ച് കുട്ട്യോൾക്ക് കൊറച്ച് കഞ്ഞിണ്ടാക്കി കൊടുത്തതാ ഞാൻ. പിന്നെ ചെക്കമ്മാര് ഒരെറക്ക് വെള്ളം കുടിച്ചിറ്റില്ല്യ.”

ആരോ അങ്ങനെ പറയുന്നതു കേട്ടപ്പോൾ അവൻ ആലോചിച്ചു. അമ്മയും ഇന്ന് ഒന്നും കഴിച്ചിട്ടില്ലല്ലോ. ഇവരുടെ കൂട്ടത്തിലാവുമ്പോൾ അമ്മ വയറ് നിറച്ച് തിന്നുമായിരിക്കും.

ഇലയിൽ ചോറ് വിളമ്പുമ്പോൾ തൊട്ടടുത്തിരിക്കുന്ന ഉമ്മ പറഞ്ഞു. “എലേല് തിന്ന്ണത് ആദ്യായിറ്റാ. ഏതെങ്കിലും കല്ല്യാണപ്പെരേല് ഏലേലാ വെളമ്പണ്ച്ചാൽ ഞാൻ എങ്ങനേങ്കിലും ഒരു പാത്രം വാങ്ങീറ്റേ തിന്നല്ള്ളൂ.”

അവർ പിന്നെ അമ്മയുടെ നേരെ തിരിഞ്ഞ് ചോദിച്ചു.

“ങ്ങളെ വീട്ടില് അകത്തേക്ക് കേറീമ്പോ?”

അമ്മ എന്തുപറയുമെന്ന് അപ്പുണ്ണി ഒരു നിമിഷം പകച്ചു.

“ങും, ങും”

അമ്മ എവിടെയും തൊടാതെ ഒരു മൂളലിൽ ഉത്തരമൊതുക്കി. അത് നന്നായേയുള്ളൂവെന്ന് അവനു തോന്നി. ചെലപ്പം അകത്തേക്ക് വെള്ളം കയറീന്ന് തോന്നീറ്റ്ണ്ടാവും. ഇനിയും ആരെങ്കിലും അമ്മയോട് ഒന്നും ചോദിക്കരുതേ എന്നവൻ മനസ്സിൽ പ്രാർത്ഥിച്ചു കൊണ്ടേയിരുന്നു.

പക്ഷേ, പിന്നീടൊന്നും ചോദിക്കാൻ സമയമുണ്ടായിരുന്നില്ല. അപ്പോഴേക്കും ചോറിനു മുകളിൽ സാമ്പാർ ഒഴിച്ചു കഴിഞ്ഞിരുന്നു. രണ്ടിൽനിന്നും ആവി മുകളിലേക്കുയരുകയായിരുന്നു. പലരും അല്പമൊന്ന് ആറുന്നതു കാത്ത് വെറുതെ ഇരുന്നു.

ഇത്രയും പേരുടെ വീട്ടിനകത്ത് വെള്ളം കയറി താമസിക്കാൻ പറ്റാത്തവിധം ആയിക്കഴിഞ്ഞിരിക്കുന്നുവെന്ന് ഓർത്തിരിക്കുമ്പോൾ അമ്മ പറഞ്ഞു.

"ചൂടാറീറ്റുണ്ടാവും... കഴിച്ചോ."

അവൻ കൈ ചോറിലേക്ക് വെയ്ക്കുമ്പോൾ അപ്പോഴും ചൂട് തന്നെ. അതുകണ്ടപ്പോൾ അമ്മ കുറച്ചു കൂടി വിടർത്തിയിട്ടു കൊടുത്തു.

അരികിൽ സാമ്പാറ് ചേർന്നിടം ഒന്നു കുഴച്ച് കൊടുക്കുകയും ചെയ്തു. പലരുടെയും മടിയിൽ ചെറിയ കുട്ടികൾ ഇരുന്നിരുന്നു. അവർക്ക് വായിലേക്ക് ഉരുട്ടിവെച്ചുകൊടുക്കുന്നുണ്ട് മുതിർന്നവർ. അവർ എട്ടത്തിമാരോ അമ്മമാരോ ആയിരിക്കും.

അപ്പുണ്ണി ആദ്യത്തെ ചോറുരുള വായിലേക്ക് കൊണ്ടുപോയപ്പോഴേക്കും സാമ്പാറ്, ചോറിനിടയിലൂടെ കിനിഞ്ഞ് ഇലയുടെ അറ്റവും കടന്ന് പുറത്തേക്ക് ഒഴുകാൻ തുടങ്ങുന്നുണ്ടായിരുന്നു. ഒരു പിടി ചോറു വാരി ഇലയിൽ ഒരു വരമ്പിട്ട് സാമ്പാറിന്റെ ഒഴുക്ക് തടഞ്ഞുവെച്ചു.

"ചോറോ, സാമ്പാറോ, വേണ്ടോര് ചോയ്ച്ചോളി."

പാത്രക്കാരൻ ഇടയിലൂടെ ഇലകളിൽ നോക്കി അന്വേഷിച്ചു കൊണ്ടുനടന്നു. പിന്നിൽനിന്ന് പണിക്കാരുടെയും ബാഡ്ജും കുത്തി നടക്കുന്നവരുടെയും ബഹളം ഉച്ചത്തിൽ കേട്ടുകൊണ്ടിരുന്നു.

അവർക്ക് കല്ല്യാണവീട്ടിലെ വിളമ്പുകാരെക്കാൾ ധൃതി ആയിരുന്നു. ചുരുട്ടിയ ഇല പ്ലാസ്റ്റികിന്റെ വലിയ ബക്കറ്റിലേക്കിട്ട് ആണുങ്ങൾ മിക്കവരും എഴുന്നേറ്റ് കഴിഞ്ഞിട്ടും സ്ത്രീകളും കുട്ടികളും പിന്നേയും ബാക്കിയായി. അവർ വളരെ സാവധാനത്തിലാണ് കഴിച്ചുകൊണ്ടിരുന്നത്. തിന്നുന്നതിനിടയിൽ തന്നെ കുട്ടികൾക്ക് വാരിക്കൊടുക്കുന്നവരുമുണ്ടായിരുന്നതുകൊണ്ട് എഴുന്നേൽക്കാൻ പലരും വൈകി.

ഇലയിലെ മുഴുവൻചോറും തിന്നാനാവാഞ്ഞപ്പോൾ അവൻ അമ്മയുടെ മുഖത്തേക്ക് നോക്കി.

"എഴുന്നേറ്റ് പോയി കൈകഴുകിക്കോ."

അമ്മയുടെ വാക്കുകൾ കേട്ടിട്ടും അവന് എഴുന്നേൽക്കാൻ തോന്നിയില്ല. ഒറ്റയ്ക്ക് പോയി കൈകഴുകി വരുമ്പോഴേക്കും

ആളുകൾക്കിടയിൽനിന്ന് അമ്മയെ കാണാതെ വന്നാലോ എന്ന ശങ്കയായിരുന്നു അവന്.

കാളികാവിലെ കലങ്കരിക്ക് വളക്കാരന്റെ നിവർത്തിയിട്ട ചാക്കിനു സമീപം അമ്മ വള തിരയുന്നതിനിടയിലാണ് തൊട്ടു പിന്നാലെ മിഠായിക്കാരന്റെ പലകയിലേക്ക് ഒന്ന് എത്തിനോക്കുക മാത്രം ചെയ്തത്.

തിരിച്ചുവന്നപ്പോൾ ഇരുന്നേടത്ത് അമ്മയില്ല. ആകെ പരിഭ്രമമായിരുന്നു. ഈ കൂട്ടത്തിൽനിന്ന് എങ്ങനെയാണ് അമ്മയെ കാണാനാവുക എന്ന പരിഭ്രമം.

വരിയിലേക്ക് നോക്കുമ്പോൾ മുഴുവൻ ഒരേ രൂപത്തിലുള്ള വളക്കച്ചവടക്കാർ നിരന്നിരിക്കുകയായിരുന്നു. ഏത് വളക്കാരന്റെ മുമ്പിലായിരുന്നു അമ്മ ഇരുന്ന് തിരഞ്ഞിരുന്നത് എന്ന് കണ്ടുപിടിക്കാനായില്ല. പേടി കരച്ചിലോളം എത്തുമ്പോഴേക്കും അമ്മ കൈ പിടിച്ചുകഴിഞ്ഞിരുന്നു. പിന്നെ ഉത്സവംകണ്ട് മടങ്ങുംവരെ അമ്മയുടെ സാരിത്തുമ്പു വിടാതെ പിടിച്ചിരുന്ന കാര്യം അപ്പുണ്ണി ഓർത്തുപോയി.

അത്രയും ആളുകളില്ല കച്ചവടവും തിരക്കുമില്ല. പക്ഷേ എല്ലാവരും എവിടെ നിന്നൊക്കെയോ വന്നവർ, ഒരു പരിചയവുമില്ലാത്തവരുമുണ്ടാവും. ഉത്സവത്തിന് പക്ഷേ അടുത്ത വീട്ടിലുള്ള ആരെയെങ്കിലും വേഗത്തിൽ കണ്ടെത്താനാവും. അയൽപക്കത്തുള്ളവരെല്ലാം കൂടി കൂട്ടമായിട്ടായിരുന്നു ഉത്സവത്തിന് പോയിരുന്നത്. അതുവിചാരിച്ചുകൊണ്ടുതന്നെ അമ്മയൊടൊപ്പമാണ് അവനെഴുന്നേറ്റത്.

അമ്മ മുഴുവൻ തിന്നല്ലോ എന്നവൻ സന്തോഷത്തോടെ ഓർത്തു. വരാന്ത മുഴുവൻ ചിതറിക്കിടക്കുന്ന വറ്റുകളും സാമ്പാറ് തുളുമ്പിപോയപ്പോൾ പറ്റിപിടിച്ചുകിടന്ന കഷ്ണങ്ങളും കൊണ്ട് വൃത്തികേടായിരുന്നു.

ചോറുവിളമ്പിയിരുന്നവരാരോ ചൂലുമായി അടിച്ചുവാരാൻ വന്നപ്പോൾ സ്ത്രീകളിൽ ആരോ പറഞ്ഞു.

“വേണ്ട ചൂല്ങ്ങട്ട് തരീം. ഞങ്ങള് വൃത്തിയാക്കിക്കോളാം.”

ഉടുത്ത സാരി ഒന്നുകൂടി ഉയർത്തിക്കുത്തി രണ്ടുപേർ വരാന്ത മുഴുവൻ അടിച്ചു വൃത്തിയാക്കാൻ തയ്യാറെടുത്തു. കൈ കടയുമ്പോൾ ഏറ്റുവാങ്ങാൻ തയ്യാറായി പിന്നെയും സ്ത്രീകൾ നിരന്നു.

“അടിച്ചുവാരിക്കഴിഞ്ഞോ. ചൂല് ങ്ങള് തന്നെ വെച്ചോളിം. ഇനി ങ്ങളെ വീട്പോലെ എല്ലാം വൃത്തിയാക്കണം, ങ്ങള്പോയാ കുട്ട്യോള് വന്ന് പഠിക്കണ്ടതാ...”

അതു കേട്ടപ്പോഴാണ് പുസ്തകസഞ്ചിയെടുക്കാൻ മറന്നു പോയല്ലോ എന്ന കാര്യം അപ്പുണ്ണി ഓർത്തത്.

നാലാം ക്ലാസിലെ പാഠപുസ്തകവും സ്ലേറ്റുമെല്ലാം പ്ലാസ്റ്റിക് സഞ്ചിയിൽ കട്ടിലിനടിയിൽ വെച്ചിരിക്കുകയായിരുന്നല്ലോ. ഇനി എപ്പോഴാണ് ഇവിടന്ന് പോവാനാവുക. നേരം പുലർന്നാൽ അമ്മ തന്നെയുംകൂട്ടി വീട്ടിലേക്കു തന്നെ പോയിരുന്നെങ്കിൽ... രാത്രി യിൽ സ്ത്രീകളും കുട്ടികളും വാതിൽ ഇല്ലാത്ത ക്ലാസ്മുറിയിൽ പായ വിരിച്ചിട്ടു.

ആണുങ്ങൾ മുഴുവൻ പുറത്തെ വരാന്തയിലായിരുന്നു. അവർ കൂട്ടം ചേർന്ന് വർത്തമാനം പറഞ്ഞും ബീഡി വലിച്ചും സമയം പോക്കി.

അവനും അമ്മയും ചുമരിനോട് ചേർന്ന് ബെഞ്ച് പിടിച്ചിട്ടി രുന്നു. അവരുടെ കൈയ്യിൽ എന്തൊക്കെയോ കുത്തിനിറച്ച ഒരു സഞ്ചിയൊഴികെ മറ്റൊന്നും ഉണ്ടായിരുന്നില്ല.

“പായ എട്ത്ത്ട്ട്ല്ല്യല്ലേ. ഞങ്ങളോടൊക്കെ കിടക്കാൻ ഒരു പായ കരുതിക്കോളാൻ പറഞ്ഞിരുന്നു. ബാക്കി സാധനങ്ങൾ ഒക്കെ വീട്ടിൽതന്നെ. കട്ടിലിലും മേശപ്പുറത്തും കേറ്റിവച്ചിരിക്ക്യാ. ന്റെ അടുത്തൊരു പൊതപ്പുംകൂടിണ്ട്. അത് വിരിച്ച് കിടന്നോളി. അല്ലാതെ വെറും ബെഞ്ച്മല് കിടക്കാൻ കയ്യൂല. ബെഞ്ചാണെങ്കി ഏറ്റക്കുറച്ചിലുള്ളതാവും.”

ഒരു ഉമ്മയാണ് പറഞ്ഞത്.

അവർ ചുരുട്ടിയ പായയിൽനിന്ന് പുറത്തേക്കു തൂങ്ങുന്ന പുത പ്പിന്റെ തുമ്പ് വലിച്ചെടുത്തു. എന്നിട്ട് അമ്മയുടെ കൈയ്യിൽ കൊടുത്തു.

“നിസ്ക്കരിക്കാൻ കയ്യൂല. പായും നിസ്ക്കാരക്കുപ്പായവും ഒന്നും ഇട്ക്കാൻ പറ്റീല. നാളെ എങ്ങനെയെങ്കിലും ചെക്കനെ പറഞ്ഞയച്ച് ഇട്പ്പിക്കാൻ പറ്റ്വോന്ന് നോക്കണം.” ഉമ്മ പറഞ്ഞു.

“നാമം ചൊല്ലി കെടന്നോളിം കുട്ട്യേ.”

അമ്മയെ അവർ ഓർമ്മപ്പെടുത്തി. “ചെറുപ്പത്തില് എനിക്കും അറ്യായിരുന്നു നാമംചൊല്ലാൻ. ഹൈദ്രുഹാജിന്റെ പീട്യേന്ന്

സാധനങ്ങളും വാങ്ങിവരുമ്പം മഗ്‌രിബ് ബാങ്ക് കൊടുത്തിട്ടുണ്ടാവും. പോണവഴിക്കധികവും ങ്ങളെ കൂട്ടരെ പെര്യാണ്. ഒരു പെരേന്ന് ചൊല്ലണത് കേട്ട്കൊണ്ടാ അടുത്തപെര്യന്റെ മുമ്പീകൂടി പോവ്വാ. അതുകഴിഞ്ഞ് ബാക്കി അടുത്ത പെര്യേന്ന്. ദിവസവും കേക്ക്ണതല്ലേ. കാണാപാഠായി. ന്നും ഓർമ്മയുണ്ട് നാരണയണായ് നമഃ ഗോവിന്ദായ് നമഃ അച്യുതായ് നമഃ പിന്നെന്താണ് പ്പം മറന്ന്" അവർ ഉറക്കെ ചിരിച്ചു.

നാല്

വടി വെട്ടി എറിയുന്നതുപോലുള്ള മഴ പിന്നെയും തുടർന്നു. ക്യാമ്പിൽ ഒരു ദിവസം പകൽ മുഴുവൻ ആണുങ്ങൾ പോലും പുറത്തിറങ്ങാൻ വയ്യാതെ കൂനികൂടി ഇരുന്നു.

ഇങ്ങനെ തുടർന്നാൽ ഇനിയും ആളുകളെ മാറ്റേണ്ടി വരുമെന്ന് ആരൊക്കെയോ പറയുന്നതുകേട്ടു.

ഭക്ഷണം പാകം ചെയ്യാൻ കെട്ടിയിരുന്ന ടാർപായ ഷെഡിന്റെ ചുറ്റിലും വെള്ളം തളംകെട്ടി നിന്നു. അടുപ്പ് നനയാതിരിക്കാൻ കൂട്ടത്തിൽ ആരൊക്കെയോ ചേർന്ന് മണ്ണുകൊണ്ട് വരമ്പ് കെട്ടിവെച്ചു. രാവിലെ ചായ നിറച്ചുവച്ച ചെമ്പുപോലും വരാന്തയിലെത്തിക്കാൻ വലിയ പാടായിരുന്നു. കുട്ടികൾ വരാന്തയിലും ഒഴിഞ്ഞ ക്ലാസ്മുറിയിലും കൂടിയിരുന്ന് പുറത്തേക്കിറങ്ങാനാവാത്ത പൊറുതികേടിൽ ബഹളം വെച്ചു.

അപ്പുണ്ണി അമ്മയെ പറ്റിചേർന്ന് നിന്നതല്ലാതെ എങ്ങോട്ടും ഇറങ്ങിയില്ല. അപ്പോഴെല്ലാം അമ്മ എന്തോ ഓർക്കുകയായിരുന്നു.

അത് മഴയെക്കുറിച്ചല്ലെന്ന് അവനറിയാം അവന്റെ മുറ്റത്തുപോലും വെള്ളം നിൽക്കില്ല. ഉയർന്ന പറമ്പിൽനിന്ന് കുത്തിയൊലിച്ചു വരുന്ന വെള്ളം മുറ്റത്തുകൂടി ഒലിച്ച് കീഴോട്ടിറങ്ങി അടുക്കള ഭാഗത്തുകൂടി താഴ്ന്ന പറമ്പിലേക്ക് ഒഴുകുകയാണ് പതിവ്.

ചളി പുതഞ്ഞ നിലമായാൽ നടക്കുമ്പോൾ തെന്നി വീഴാതിരിക്കാൻ ശ്രദ്ധിക്കണമെന്നു മാത്രം.

തെന്നി വീഴുന്നതിനെക്കുറിച്ചോർത്തപ്പോൾ അച്ഛനെയാണ് അവന് ഓർമ്മ വന്നത്. അച്ഛൻ രാത്രിയിൽ വരുമ്പോഴെല്ലാം മഴ

നനഞ്ഞ് മുറ്റമാകെ ചളിപിളിയായി കിടക്കുമ്പോഴുള്ള നടത്തം ഓർമ്മവരും.

"അച്ഛൻ തിരഞ്ഞുവന്നാലോ അമ്മേ?"

പെട്ടെന്ന് മനസ്സിൽനിന്ന് ഒരു ചോദ്യം തെറിച്ചുവീഴുകയായിരുന്നു. അങ്ങനെ ചോദിക്കണമെന്ന് അവൻ ഓർത്തതല്ല.

അച്ഛനെക്കുറിച്ച് പറയാൻ നാവിൻതുമ്പിലോളം വരുമ്പോഴെല്ലാം അവൻ കരുതും അമ്മ പറയട്ടെ. പക്ഷേ ഇതുവരെ അതേപറ്റി അമ്മ ഒന്നും പറയുകയുണ്ടായില്ല. വീട്ടിൽ വെള്ളം കയറി വീടൊഴിഞ്ഞ് പോവുന്നവരുടെ കൂടെ എത്തിയപ്പോൾ അമ്മയുടെ മനസ്സിലും ഒരു വെള്ളപ്പൊക്കത്തിന്റെ കെടുതി മാത്രമാണുണ്ടായിരുന്നതെന്ന് അവനു തോന്നിയിട്ടുണ്ട്.

അല്ലെങ്കിൽ വർത്തമാനങ്ങൾക്കിടയിൽ എപ്പോഴെങ്കിലും അച്ഛനെക്കുറിച്ചോ വീടിനെക്കുറിച്ചോ അമ്മ പറയേണ്ടതായിരുന്നു. പക്ഷേ അതുണ്ടായില്ല.

വീട് മാസാമാസം ഗോപാലേട്ടന് വാടക കൊടുത്ത് താമസിക്കുന്നതാണ്.

"അച്ഛൻ തിരഞ്ഞുവന്നാലോ അമ്മേ?"

അവൻ വീണ്ടും ചോദ്യമെടുത്തിട്ടു.

"ഞമ്മള് ഇവിടെണ്ടന്ന് അച്ഛൻ എങ്ങനെ അറിയാനാ?"

അമ്മ പറഞ്ഞു. അച്ഛൻ അന്വേഷിച്ചുവരാൻ ഒരു പഴുതുമില്ലെന്ന് ആശ്വാസത്തോടെ ഓർക്കുകയാണ് അമ്മ. അവനും അമ്മയുടെ ധൈര്യം കേട്ടപ്പോൾ ആശ്വാസം തോന്നുകയായിരുന്നു. എന്നിട്ടും അച്ഛനെക്കുറിച്ചോർക്കുമ്പോൾ എന്തുകൊണ്ടോ ഒരു സങ്കടം അവന്റെ മനസ്സിന്റെ അടിയിൽ എവിടെയോ ഇളക്കിമറിച്ചാൽ മാത്രം പൊന്തിവരുന്ന കഞ്ഞിയിലെ വറ്റുപോലെ കിടപ്പുണ്ടായിരുന്നു.

അതോർത്തിരിക്കെ അവൻ അമ്മയോട് ചോദിച്ചു

"അച്ഛൻ കള്ള് കുടിക്കില്ല്യാന്നും അമ്മയെ തല്ലില്ല്യാന്നും പറഞ്ഞാ അമ്മയ്ക്ക് ഇഷ്ടാവ്വോ."

അതിനു പക്ഷേ അമ്മ ഉത്തരമൊന്നും പറഞ്ഞതുമില്ല. എന്നാലും അമ്മയുടെ സങ്കടം കാണുമ്പോഴൊക്കെ അവന്

വിഷമം തോന്നാറുണ്ട്.

അമ്മ വീട്ടിൽനിന്ന് ഒന്നും തിന്നാതെ കിടന്നത്. പിന്നെ അവനെയും ചേർത്ത് കിടത്തി രാത്രിയിൽ അമർത്തിതേങ്ങുന്നത്. പലപ്പോഴും അവൻ ഉറങ്ങുകയാണെന്ന് നടിച്ച് കണ്ണടച്ച് കിടക്കും. രാവിലെ എഴുന്നേൽക്കുമ്പോൾ രാത്രിയിൽ ഒന്നും സംഭവിച്ചിട്ടില്ലെന്ന് അവൻ വെറുതെ ഓർക്കാൻ ശ്രമിക്കുകയും ചെയ്യും.

ഉച്ചയ്ക്കു ശേഷം മഴ അല്പമൊന്ന് ശമിക്കുകയും വെയിൽ തിളങ്ങുകയും ചെയ്തു.

മറ്റു കുട്ടികളോടൊപ്പം അവനും മുറ്റത്തേക്ക് ഇറങ്ങിനിന്നു. മുറ്റത്തു നിന്ന് വെയിൽ കൊള്ളുമ്പോൾ നല്ല സുഖം തോന്നി.

വെയിലിന്റെ നാളം കണ്ടതും സ്ത്രീകളിൽ പലരും അഴുക്കു പുരണ്ട വസ്ത്രങ്ങൾ പലതും അലക്കിയിടാൻ പാടത്തേക്കിറങ്ങി.

നിറഞ്ഞു കിടക്കുന്ന പാടം മദ്രസ്സയുടെ വരാന്തയിൽ നിന്ന് നോക്കിയാൽ കാണാം. വെള്ളത്തിന്റെ തെളിമയിൽ അടിയിലേക്ക് ഇളക്കം തട്ടാത്തവിധം അവർ അത്യാവശ്യ വസ്ത്രങ്ങൾ അലക്കിയെടുക്കുകയും വെയിൽ മങ്ങുന്നതിനു മുമ്പേ ഉണക്കിയെടുക്കാൻ കൈതോലപ്പൊന്തകൾക്കു മുകളിൽ തോരാനിടുകയുംചെയ്തു.

ഓരോ തൂണിലും ഓരോ കുട്ടികൾ തൊട്ടു നിന്നു. പിന്നെ ഒരറ്റത്തു നിന്ന് ഒന്നു മുതൽ എണ്ണാൻ തുടങ്ങി. പത്താമനാവുന്നവൻ തൂണ് വിട്ട് ഓടുന്നവരെ തൊട്ടുവരണം. തൊടുന്നവർ കളിയിൽ പുറത്ത്. അതിനിടയിൽ ഓടുന്നവർ തൂണിൽ പിടിച്ചു നിന്നാൽ തൊടാൻ പാടില്ല. എല്ലാ നിയമങ്ങളും അബ്ദുൽഖാദറാണ് പറഞ്ഞത്.

അപ്പുണ്ണി കൂട്ടുകാരുടെ പേരുകൾ ഓർക്കാൻ ശ്രമിച്ചു.

സുരേന്ദ്രൻ

കൃഷ്ണൻകുട്ടി

മജീദ്

വേലായുധൻ

റസാഖ്

മറ്റ് പലരുടെയും പേരുകൾ ഓർത്തെടുക്കാനാവുന്നില്ല. സ്കൂളിൽ പോവുന്നവരാണ് എല്ലാവരും. ഒരേ സ്കൂളിലായതുകൊണ്ട്

അവർക്ക് പരസ്പരം പേരുകളറിയാം. അപ്പുണ്ണി കളിനോക്കി രസം പിടിച്ച് കുറേ നേരം നിന്നു.

അവന്റെ കൂടെ കളികണ്ടുകൊണ്ട് ഉയർന്ന തിണ്ടിൽ ഇരിക്കുകയായിരുന്നു മൈമൂനയും ദേവകിയും ശങ്കരൻകുട്ടിയുമെല്ലാം. അവരും കളിക്കാൻ കൂടിയില്ല. കളിക്കുന്നതിനേക്കാൾ രസം കളി കണ്ടുകൊണ്ടിരിക്കുകയാണെന്ന് അവനു തോന്നി.

വലിയപെൺകുട്ടികൾ കൂട്ടം ചേർന്ന് നിലത്ത് കള്ളിവെട്ടി ഒറ്റക്കാലിൽ ചാടിക്കളിക്കുന്നുണ്ട്.

വൈകുന്നേരമായപ്പോൾ ഒരു കൂട്ടം ആളുകൾ ജീപ്പിലും കാറിലുമൊക്കെയായി ഗേറ്റിൽ വന്നിറങ്ങി. അവിടവിടെ നിന്നിരുന്നവർ തിരക്കിട്ട് വരാന്തയിൽ കയറിനിന്നു.

പാടത്ത് അലക്കാൻ പോയ എല്ലാവരോടും മുഴുവൻ വരാൻ പറയാൻ മുതിർന്ന കുട്ടികളിൽ ആരെയൊക്കെയോ പറഞ്ഞുവിട്ടു.

ആരാണ് വന്നിരിക്കുന്നതെന്ന് അവന് മനസ്സിലായില്ല. എല്ലാവരും പേടിക്കുന്ന ഏതോ വലിയ ആളാണെന്നുമാത്രം അവൻ ഓർത്തുവെച്ചു. അല്ലെങ്കിൽ, ഒരാള് വരുമ്പോഴെക്കും എന്തിനാണ് എല്ലാവരും കൂട്ടത്തോടെ പാഞ്ഞെത്തുകയും ചുറ്റും കൂടി നിൽക്കുകയും ചെയ്യുന്നത്?

കാറിൽ നിന്നിറങ്ങിയ അയാളുടെ കുപ്പായക്കൈകൾ വടി പോലെ തെറിച്ചുനിന്നു. അകത്തെ ബനിയൻ തെളിഞ്ഞു കാണാമായിരുന്നു. അത്ര നേരിയ കുപ്പായമാണ് അയാൾ ഇട്ടിരിക്കുന്നത്. കാണുമ്പോൾ പേടി തോന്നി.

പക്ഷേ എല്ലാവരേയും അടുത്ത് വിളിച്ച് കാര്യങ്ങൾ അന്വേഷിക്കുകയായിരുന്നു അയാൾ.

“കട്ടപ്പെരയാണ്. എല്ലാം ഇടിഞ്ഞു വീണ് പാർക്കാൻ കഴിയാതെയായി സാറേ.... ഒരു ഗതീല്യ ഞങ്ങൾക്ക്.”

“വെള്ളം ഒഴിഞ്ഞ് പോയാലും പൊര നന്നാക്കാൻ ഒരു വഴിംല്ല്യ.”

“കുട്ട്യേളെ പുസ്തകങ്ങളും സാധനങ്ങളും എല്ലാം വെള്ളത്തിൽ ഒലിച്ചുപോയി. ഞങ്ങൾക്ക് ഒരു സഹായം.”

പേരും വീട്ടുപേരും ചോദിച്ചറിയുകയും കൂടെ ചട്ടപ്പുറത്ത് കടലാസു വെച്ച് എഴുതിക്കൊണ്ടിരിക്കുന്നവർക്ക് നിർദ്ദേശങ്ങൾ

കൊടുത്തുകൊണ്ടിരിക്കുകയും ചെയ്തു അയാൾ. അമ്മ മാത്രം ചുറ്റും കൂടിയവരിൽനിന്ന് അകന്നു നിന്നു.

ചിലപ്പോൾ വെള്ളം കേറിയതിനെക്കുറിച്ച് അയാൾ അമ്മയോടോ മറ്റോ ചോദിച്ചാൽ അമ്മയ്ക്ക് എന്താവും പറയാൻ കഴിയുക?

അതോർത്ത് തന്നെയാവണം അമ്മ മുഖം കൊടുക്കാതെ മാറി നിന്നത് എന്ന് അവനറിഞ്ഞു. പിന്നീടയാൾ വെപ്പുപുരയിൽ പണിയെടുക്കുന്നവരുടെ അടുത്തേക്ക് ചെല്ലുകയും അരിയും പച്ച ക്കറി സാധനങ്ങളുമെല്ലാം പരിശോധിക്കുകയും ചെയ്തു.

ഇയാളാണല്ലോ ഇത്രയും പേരെ ഇവിടെ വിളിച്ചു വരുത്തി ഭക്ഷണവും സൗകര്യവും എല്ലാം ഒരുക്കിയിട്ടുണ്ടാവുക എന്നോർ ത്തപ്പോൾ അവന് അതുവരെ ഉണ്ടായിരുന്ന പേടിക്കുപകരം വലിയ ബഹുമാനമാണ് തോന്നിയത്.

"ഒക്കെ പറഞ്ഞു പോവ്വാന്നല്ലാതെ കിട്ടല്ണ്ടാവൂല. ഞ്ഞി മറ്റേ പാർട്ടിക്കാര് വരും അന്വേഷിക്കാൻ. ഓരും ചെലപ്പം പറഞ്ഞു പോവും."

അമർത്തിയ വർത്തമാനങ്ങൾക്കിടയിൽ മുറിയും വരാന്തയും കടന്ന് കാറിനടുത്തേക്ക് നീങ്ങുമ്പോൾ ഒരു പറ്റം ആളുകൾ വീണ്ടും ചുറ്റിലും കൂടി.

കാറ് പുറപ്പെടുമ്പോൾ ചുറ്റിലും കൂടിയവർ തൊഴുകൈയോടെ നിന്നു. പാടത്തുനിന്ന് ഓടിക്കിതച്ചെത്തിയവർ മഴ പാറി വീഴുമോ എന്ന ഭയപ്പാടോടെ തിരിച്ചുപോയി.

കറുത്ത് വിങ്ങിനിന്ന ആകാശം പക്ഷേ നീലനിറത്തിൽ അവിടവിടെ തെളിഞ്ഞു കിടക്കുന്നു.

അഞ്ച്

നാല് ദിവസം കഴിഞ്ഞപ്പോൾ മഴ തോർന്നു.

ആകാശത്തിന്റെ ഇരുണ്ട മുഖം തെളിഞ്ഞുവന്നു. വെള്ളം ഇറങ്ങുകയാണെന്ന വാർത്ത കൂടി നിന്നവരൊക്കെയും പറഞ്ഞ് പങ്കുവെയ്ക്കുകയായിരുന്നു.

അതിനിടയിൽ പലരും വീട് വരെ പോയി വന്നു. തിരിച്ചു പോവുമ്പോഴേക്കുള്ള ഒരുക്കങ്ങൾ വീട്ടിൽ ചെയ്ത് വെയ്ക്കേണ്ടി യിരുന്നു.

ബന്ധുക്കളുടെ വീട്ടിലെ തൊഴുത്തിലും ആട്ടിൻകൂട്ടിലും ആക്കിയിട്ടുള്ള കന്നുകാലികളെ തെളിച്ചുകൊണ്ട് വരണം.

പ്രസവിച്ചു കിടക്കുന്നവരേയും രോഗികളായവരെയും അടുത്ത ബന്ധുക്കളുടെ വീടുകളിൽ കൊണ്ടുപോയി ആക്കിയിട്ടുണ്ട്. അവരെ തിരിച്ചുകൊണ്ടുവരണം.

"പൊര ഇഞ്ഞി രണ്ടാമത് പൊരയാക്കി എടുക്കണം." സ്ത്രീകളിൽ പലരും അങ്ങനെ പറയുന്നുണ്ടായിരുന്നു.

"മഴയുടെ കനം കൊറഞ്ഞു. ഞ്ഞി ഇക്കൊല്ലം വല്യ പൊല്ലാപ്പ്ണ്ടാവൂല. ഇക്കുറി മൂന്നു പറ വർഷമാണെന്ന് പറഞ്ഞത് വെറുതെയായില്ല."

പത്രങ്ങളിൽ വരുന്ന കാലാവസ്ഥപ്രവചനവും ആശ്വാസം പകരുന്നതാണെന്ന് അവർ പറഞ്ഞു നടന്നു.

വൈകുന്നേരത്തിനു മുമ്പുതന്നെ മുന്നാലു വീട്ടുകാർ തിരിച്ചു പോയി. അവരുടെ വീടിന്റെ കോലായിൽനിന്ന് വെള്ളമിറങ്ങി മുറ്റവും കടന്ന് പറമ്പിലേക്കെത്തിയിരിക്കുന്നുവെന്ന് പോയി അന്വേഷണം നടത്തി വന്നവർ പറഞ്ഞു.

തിരിച്ചുപോവുന്നവരുടെയും പോകാനൊരുങ്ങുന്നവരുടെയും മുഖത്ത് വലിയ സന്തോഷമായിരുന്നു.

അപ്പുണ്ണിയുടെ അമ്മയുടെ അടുത്തുവന്ന് ആമിനത്താത്ത പറഞ്ഞു.

"ഞങ്ങള് പോവ്വാണ്. മൈമൂനയും റസാഖും ചേർന്നുനിന്നു. അപ്പുണ്ണിയുടെ നാല് ദിവസത്തെ വലിയ കൂട്ടുകാരായിരുന്നു അവർ. അവന്റെ തന്നെ പ്രായക്കാർ."

റസാഖ് അപ്പുണ്ണിയുടെ കൈപിടിച്ചു. അവന് വീട്ടിൽ പോവുന്ന സന്തോഷവും ചങ്ങാതിമാരിൽനിന്ന് പിരിയുന്ന സങ്കടവും മുഖത്ത് മാറിമാറി പ്രതിഫലിച്ചു.

ഉച്ചയ്ക്ക് ചോറിനുള്ള അരിയെടുക്കുമ്പോൾ ഒഴിഞ്ഞു പോയവരുടെ കണക്കെടുത്തു. പതിനൊന്ന് പേര് വീട്ടിലേക്ക് തിരിച്ചു പോയിരിക്കുന്നു.

രാത്രിക്കു മുമ്പ് വീട്ടിലേക്ക് പോവുന്നവർ ആരൊക്കെയാണെന്ന് അന്വേഷിച്ചു നടന്നു പ്രവർത്തകർ. കണക്ക് വന്നു. രാവിലേക്ക് പന്ത്രണ്ട് പേരേ ബാക്കിയുണ്ടാവൂ. ഒഴിഞ്ഞുപോകുന്നവർ

പരസ്പരം വീടുകളിലെ സ്ഥിതിഗതികൾ അന്വേഷിച്ചുകൊണ്ടിരുന്നു.

മഴ ഒരു ചാറ്റലായി പെയ്തു. അതിനിടയിൽ കോരി ചൊരിയുന്ന മഴ വല്ലപ്പോഴും കുറച്ച് നേരം മാത്രം നിന്ന് പെയ്തു തെളിഞ്ഞു.

പുഴയിൽ വെള്ളം ഇറക്കംവെച്ചതും കാറ്റ് നിലച്ചതും നല്ല ലക്ഷണമായി വലിയവർ പറഞ്ഞു. ഇനി ഇക്കൊല്ലം വലിയ ദുരിതമുണ്ടാവില്ലെന്ന് അവർ ആശ്വാസംകൊണ്ടു. പിറ്റേന്ന് വൈകുന്നേരത്തോടെ മുഴുവൻ പേരും ഒഴിഞ്ഞുപോവാൻ ഒരുക്കങ്ങൾ തുടങ്ങി.

ക്യാമ്പ് തുടങ്ങിയതു മുതൽ ഇടയ്ക്കിടെ കാര്യങ്ങൾ അന്വേഷിക്കാനെത്തിയിരുന്ന ഹാജിയാർ ഓരോരുത്തരെയും വിളിച്ച് വൈകുന്നേരം പോവുന്ന കാര്യം ഉറപ്പു വരുത്തി.

നാളെ മദ്രസ്സയിലേക്ക് കുട്ടികളോട് വരാൻ പള്ളിയിൽ പറയേണ്ടതാണ്. ആരെങ്കിലും ബാക്കിയുണ്ടെങ്കിൽ മാത്രം ഒരു ദിവസം കാത്താൽ മതിയല്ലോ.

അപ്പോഴേക്കും പോവാത്തവരായി ആരുമുണ്ടാവില്ലെന്ന് അറിഞ്ഞപ്പോൾ ഹാജി പ്രവർത്തകന്മാരിൽ ആരൊക്കെയോ വിളിച്ച് മദ്രസ്സയിലെ ഉസ്താദ്മാരെ വിവരമറിയിക്കാനും പള്ളിയിൽവെച്ച്, കുട്ടികളെ മദ്രസ്സയിലേക്ക് അയയ്ക്കാൻ രക്ഷിതാക്കളോട് പറയാനും ഏർപ്പാടുകൾ ചെയ്തു.

വൈകുന്നേരം പുറപ്പെടാനൊരുങ്ങുന്നവർ അകവും പുറവും അടിച്ചു വൃത്തിയാക്കി ബെഞ്ചുകളും മേശകളും കസേരകളും മറ്റും വെള്ളം നനച്ച് തുടച്ചിട്ടു.

വിളിക്കാൻ വരുന്ന ആണുങ്ങൾക്കുവേണ്ടി സ്ത്രീകൾ കാത്തുനിന്നു.

അവർ വരാന്തയിൽ കാലു തൂക്കിയിട്ട് നിരന്ന് ഇരുന്നു. കഴിഞ്ഞ ഏതാനും ദിവസങ്ങളിലെ പ്രത്യേക ദിനചര്യയെക്കുറിച്ച് പറഞ്ഞുകൊണ്ടേയിരുന്നു.

സഹായങ്ങൾ ചെയ്യാമെന്നേറ്റവർ എപ്പോഴാവും വാക്കു പാലിക്കുക എന്ന് പരസ്പരം ചോദിച്ചുകൊണ്ടിരുന്നു. അതിനിടയിൽ ഓരോരുത്തരായി യാത്രപറഞ്ഞ് ഇറങ്ങിക്കൊണ്ടിരുന്നു. എല്ലാവരും പടിയിറങ്ങിയപ്പോഴാണ് ഒറ്റപ്പെടലിന്റെ വിഷമം

അമ്മയുടെ മുഖത്ത് തീർത്തും കാണാനാവുന്നതെന്ന് അപ്പുണ്ണി അറിഞ്ഞു.

“നമുക്കും വീട്ടിപോവാ അമ്മേ.”

അവൻ അമ്മയുടെ അരികുപറ്റി നിന്നു. വരുമ്പോൾ കരുതിയിരുന്ന സഞ്ചി തൂക്കി അമ്മ വരാന്തയിൽ ചുമരു ചാരി നിന്നു. അതിൽ അമ്മയുടെ സാരിയും ബ്ലൗസും അപ്പുണ്ണിയുടെ ഒരു ജോടി ട്രൗസറും മാത്രമായിരുന്നു ഉണ്ടായിരുന്നത്. പിന്നെ അമ്മയുടെ പുറംപാളി ദ്രവിച്ച ഒരു പേഴ്സും ഉണ്ടായിരുന്നു.

“അല്ലാ ങ്ങള് മാത്രമാണല്ലോ ഞ്ഞിബാക്കി. കുട്ടിന്റെ അച്ഛൻ വന്നിലെ?”

അമ്മ ഒന്നും പറയുകയുണ്ടായില്ല.

“എവിട്യാ പൊര? വെള്ളം ഇറങ്ങീല്യാന്ന്ണ്ടോ? എന്താ ങ്ങള് ഒന്നും മിണ്ടാത്തത്? വെള്ളം ഇറങ്ങീല്യാച്ചാ എല്ലാവരും പോയിന്നു കരുതി ബേജാറാവണ്ടും വേണ്ട. ങ്ങക്ക് ഒറ്റയ്ക്ക് വേറെ ഏന്തെങ്കിലും വഴിണ്ടാക്കാം. അതിനുവേണ്ടി മാത്രം മദ്രസ്സ മുടക്കണ്ടാന്ന് കരുതീട്ടാ.”

അമ്മ കരഞ്ഞ് സാരിത്തലപ്പുകൊണ്ട് മുഖം പൊത്തുമ്പോൾ അവന്റെ മനസ്സിലും ഒരു വിതുമ്പൽ മുട്ടിതിരിഞ്ഞു.

പിന്നെ ഒരു തേങ്ങലോടെ അമ്മ പറഞ്ഞുതുടങ്ങി. ഒളിച്ചുവെച്ചാലും ഇനി പ്രയോജനമില്ലെന്ന് അമ്മ കരുതിയിരിക്കണം.

എല്ലാം കേട്ടുകഴിഞ്ഞപ്പോൾ ഹാജിയാരുടെ മനസ്സിലും ഒരു പരിഭ്രാന്തി പടരുകയായിരുന്നു.

“അതു ശരി. അങ്ങനെയാണല്ലേ? അപ്പോ വീട്ടിപോണ്ടാന്ന് കരുതീക്ക്ണ്. ഞ്ഞി ഈ ചെക്കനേംകൊണ്ട് ങ്ങളെങ്ങോട്ടാ.”

എങ്ങോട്ടു പോവും എന്നതിന് അമ്മയ്ക്കും ഉത്തരമുണ്ടായിരുന്നില്ല. അല്ലെങ്കിലും ഇങ്ങോട്ടു വന്നുചേർന്നതും ഒന്നും ഓർക്കാതെയായിരുന്നല്ലോ.

കൂടി നിന്നവരുടെ കൂട്ടത്തിൽ ചേർന്നപ്പോൾ അവരുടെ കൂടെ ആയിപ്പോവുകയായിരുന്നു. അമ്മ അങ്ങനെയൊന്നും വിചാരിച്ചിട്ടുണ്ടായിരുന്നില്ലല്ലോ.

ഇപ്പോൾ കൂട്ടംപിരിഞ്ഞപ്പോഴാണ് അമ്മ തീർത്തും അവശയായത്.

"ഏതായാലും ഈ നേരത്തിപ്പം ഒന്നിനും പറ്റൂല. നേരം ഇരുട്ടണേന്റെ മുമ്പ് എന്ത് ചെയ്തിട്ടെങ്കിലും ഒരു വഴി കാണണമല്ലോ. എന്താ ചെയ്യേണ്ടത് എന്ന് ആലോചിക്കാൻ ഇവിടെ ഒറ്റ കുട്ട്യേളും ഇല്ലേനും. ഒക്കെ കൊറേ ദിവസമായിട്ട് ഒറക്കൊഴിച്ച് ഈ കാര്യത്തിനുവേണ്ടി പാഞ്ഞ് നടക്കല്ലായിരുന്നോ. ഓരോ നേരത്തിന് വെച്ച്ണ്ടാക്കാൻ സാധനം ഒപ്പിക്കാൻ എത്രാ കുട്ട്യേള് കഷ്ടപ്പെട്ടിരിക്ക്ണത്. ഒന്ന് സമാധാനമായി പരിഞ്ഞുപോയതാ. ഞ്ഞിപ്പം അയ്റ്റിങ്ങളെ വിളിച്ച് വരുത്താനാവൂല. ഒരു കാര്യം ചെയ്തോളി വരിം."

ഹാജിയാർ മുന്നിൽ നടന്നു. തലയിൽ കെട്ടിയ തട്ടം അഴിച്ച് കുടഞ്ഞ് മുണ്ട് ഒന്നുകൂടി മുറുക്കി ഉടുത്ത് ഹാജി നടന്നു. പിറകേ അമ്മയും. അമ്മയുടെ സാരിത്തുമ്പിൽ പിടിച്ച് അപ്പുണ്ണിയും നടന്നു.

"നാളെങ്ങളെ വീട് വരെ പോയി അച്ഛനെകണ്ട് ഞമ്മള് സംസാരിച്ചോളാം. ഞ്ഞി അങ്ങനൊന്നും ണ്ടാവൂലാച്ചാ ങ്ങക്ക് ഒത്തൊരുമേല് പോവാ. അല്ലാതെ ഒറ്റയ്ക്ക് എന്ത് ബിചാരിച്ചിട്ടാ ഈ ചെക്കനേംകൊണ്ട് നാൾപൊറുതി കയ്യണ്ടേ. അവിടുത്ത കാര്യപ്പെട്ട ആരെങ്കിലും കണ്ട് ഞാനൊന്ന് സംസാരിച്ച് നോക്കട്ടെ."

അതു കേൾക്കുമ്പോഴും അമ്മ തേങ്ങൽ അടക്കുകയാണെന്ന് തിരിഞ്ഞുനോക്കാതെ തന്നെ ഹാജിയും അറിഞ്ഞു.

"കര്യയൊന്നും വേണ്ട. ങ്ങള് ഞമ്മളെക്കുട്ടത്തിൽ വന്നോളി. നേരം വെളുത്താ എല്ലാറ്റിനും ഒരു വയ്യ്ണ്ടാവും. ഇപ്പോ നേരല്ലാ നേരത്ത് ഞമ്മക്ക് ഒന്നുകയ്യൂലാന്നേ ഉള്ളു. ഞ്ഞി ങ്ങള് തിരിച്ച് വീട്ടിലേക്കുതന്നെ പോണില്യാച്ചാലും ങ്ങളും ചെക്കനും കൊയങ്ങൂല. അതുപോരെങ്ങക്ക്? അതിനൊക്കെ ഞമ്മക്ക് വയ്യ്ണ്ടാക്കാ"

ഗേറ്റ് തുറന്ന് ചെന്ന് കയറിയത് ഒരു വലിയ വീടിന്റെ മുറ്റത്തേക്കായിരുന്നു. മുറ്റത്ത് ഹാജി വരുന്നതും കാത്താവണം രണ്ട് മൂന്ന് പേർ നിന്നിരുന്നു.

അവർ കടലാസുകൾ നീട്ടി പറഞ്ഞു.

"ഇത് പലച്ചരക്കുകടേലേ ബില്ല്. ഇത് വാടകേന്റെ."

ബില്ലു വാങ്ങി നോക്കി അവരോടായി ഹാജി പറഞ്ഞു.

"എന്തേങ്കിലൊക്കെ കുറവ് ചെയ്ത് തരാൻ പറയണം... സംഭാവന കിട്ടീതും ചെലവും കൂടി ഒത്തുപോവ്വോന്ന് അറീല. ഇല്ലെങ്കി കൊറച്ച് പൈസ ഞമ്മള് കയ്യ്ന്ന് കൂട്ടേണ്ടി വരും."

നിന്നിരുന്നവരിൽ ഒരാൾ ചോറു വിളമ്പി തന്നിരുന്ന ആളാണെന്ന് അപ്പുണ്ണി തിരിച്ചറിഞ്ഞു.

"ഇവര്?"

"ങ്ങാ, അവരെ വിളിക്കാൻ അച്ഛൻ വന്നിട്ടില്ല. എത്താൻ രാത്രി കൊറച്ച് കയ്യും. അവിടെ ഒറ്റയ്ക്ക് നിർത്തണ്ടല്ലോന്ന് കരുതി."

കൂടി നിന്നവർ പിരിഞ്ഞു. ഹാജി കോളിങ് ബെല്ലിൽ വിരലമർത്തി.

അകത്ത് ഒരു നേർത്ത പാട്ടിന്റെ താളം മുഴങ്ങുന്നു.

ആറ്

അടുക്കളയിൽ ചുമരുചാരി അമ്മയോടൊപ്പം അപ്പുണ്ണിയും ഇരുന്നു. ഉണർന്നിട്ട് നേരം ഒരുപാടായിരുന്നു. അമ്മ അതിനും മുമ്പേ ഉണർന്നിരിക്കണമെന്ന് അവൻ വിചാരിച്ചു. അതോ അമ്മ ഉറങ്ങിയിട്ടേ ഇല്ലെന്നുണ്ടോ?

ഒരു പ്ലേറ്റിൽ ചപ്പാത്തിയും മറ്റൊരു സ്റ്റീൽപാത്രത്തിൽ കറിയുമെടുത്ത് ഇരിക്കുന്നേടത്തേക്ക് നീക്കിവെച്ച് തടിച്ച് വെളുത്ത സ്ത്രീ പറഞ്ഞു.

"കയിച്ചോളി."

അവരുടെ കാതിലെ ചിറ്റുകൾ അനങ്ങുമ്പോഴെക്കും ഇളകിയാടുന്നത് കാണാൻ നല്ല രസമായിരുന്നു. ഒരു പ്ലേറ്റ് കൂടി നീക്കിവെച്ച് അവർ പറഞ്ഞു.

"മോന്ക്ക് ഇതിലിട്ടു കൊടുത്തേക്കി. കറിം പാർന്നു കൊടുക്കി."

അമ്മ വളരെ പതുക്കെ എണ്ണിയെടുക്കുന്നതുപോലെ രണ്ട് ചപ്പാത്തികൾ അവന്റെ മുന്നിലെ പ്ലേറ്റിലേക്കിട്ടു. ഇളംമഞ്ഞ കറിയിൽ കുതിർന്ന ചപ്പാത്തിക്കു മുകളിൽ പച്ചനിറത്തിലുള്ള കടലമണികൾ ചിതറിക്കിടന്നു.

കടലമണികൾ പെറുക്കിയെടുക്കുമ്പോഴേക്കും അവ ചതഞ്ഞുപറ്റി. ചപ്പാത്തിയും കറിയും കഴിച്ച പാത്രം കഴുകാൻ അടുക്കളയിൽ തന്നെയുള്ള പൈപ്പിന്റെ മുന്നിൽ അമ്മ നിന്നു.

എങ്ങനെ തിരിക്കണമെന്നറിയാതെ സംശയിച്ചുനിൽക്കുമ്പോൾ ഉമ്മ അടിയിലെ വലിയ കുറ്റിയിൽ വിരലമർത്തി. വെള്ളം

അമ്മയുടെ പ്ലേറ്റിലേക്ക് കുത്തനെ വീണു. പൈപ്പ് മുകളിൽനിന്ന് താഴോട്ട് വളഞ്ഞ് ഉറക്കം തുടങ്ങുന്ന ഒരു കൊറ്റിയെപ്പോലെ തോന്നിച്ചു.

പ്ലേറ്റുകൾ കഴുകി അടുക്കളയിലെ തിണ്ണയിൽ അട്ടിവയ്ക്കുമ്പോൾ അവർ പറഞ്ഞു.

"ഇവിടെ ഒരു പണിക്കാരത്തിണ്ട്. നഫീസു. രാവിലെ നേരം വെളുക്കുമ്പംതന്നെ എത്തും. തിരുമ്പലും കഴുകലും കഴിഞ്ഞ് ഉച്ചയ്ക്ക് ചോറ് തിന്നിട്ടേ പോകൂ. ഇപ്പം ചെത്ത്യേയീല്ക്ക് മീൻ വാങ്ങാൻ പോയതാ. ദാ, ഇത്ര അങ്ങട്ട് നടക്കേ വേണ്ടൂ. പിന്നേയ്, ഹാജ്യാരിങ്ങളോടെന്തേ പറഞ്ഞത്?"

അമ്മ അതിന് മറുപടി ഒന്നും പറഞ്ഞില്ല.

"ന്നാ മൂപ്പര് കോലായീല്ണ്ട്. ഞാനൊന്ന് ചോയിച്ച് നോക്കട്ടെ."

എന്തു ചോദിക്കാനായിരിക്കുമെന്ന് അമ്മയെപ്പോലെ അവനും ആലോചിക്കുകയായിരുന്നു.

അവർ കോലായിൽ പത്രം വായിച്ചുകൊണ്ടിരുന്ന ഹാജിയാരുടെ മുന്നിൽ ചെന്നു.

"അല്ലാ, അയ്റ്റിങ്ങളെ ഞമ്മക്ക് ഇവിടെ നിർത്ത്യാലോ. അങ്ങനേച്ചാ നഫീസൂനെ പറഞ്ഞ് വീടാലോ. ഓള്ക്കാണെങ്കി ഒന്നിനും നേരംല്ല്യാതായിക്ക്ണ്. ഞമ്മളെ വിചാരിച്ചിട്ട് വര്ാ... ഇവറ്റങ്ങളാവുമ്പം ചെക്കനും തള്ളിം കൂടി വെറക്പൊര്യേല് സൗകര്യാക്കി കൊടുത്താ അവിടെ കെടന്നോളും. തിരുമ്പലും തൊടയ്ക്കലും ഒക്കെ അങ്ങനെ കയിഞ്ഞു കിട്ടും. അടുക്കളേൽത്തെ പണിയൊക്കെ ഒന്നുതരായി കിട്ട്യാ അതേർന്ന് നല്ലത്."

ഹാജിയാർ കേൾക്കുകയല്ലാതെ മറ്റൊന്നും പറയുകയുണ്ടായില്ല. വലിച്ചിരുന്ന ചുരുട്ട് പുറത്തേക്കെറിഞ്ഞ് ഹാജി പറഞ്ഞു.

"അതൊന്നും ശര്യാവൂല. ഒരുദ്ദേശ്യത്തിന് ഇട്ടെറിഞ്ഞ് പോന്നതാ. ആള് വന്ന് അന്വേഷിക്കുമ്പോ ഞമ്മള് ഇവിടെ പിടിച്ച് നിർത്ത്യേതാന്നാ ആൾക്കാര് പറ്യാ. വെറുതെന്തിനാ ഓരോരെ വയ്യാവേലിണ്ടാക്ക്ണ്. അതല്ല, ഞ്ഞി പൊരേൽക്ക് തന്നെ പോണ്ല്ല്യാച്ചാ കൊറച്ച് ദിവസം ഇവിടെ ഇങ്ങനെ കഴിഞ്ഞോട്ടെ."

രാത്രിയിൽ വിറകുപുരയുടെ ഒരു മൂലയിൽ അമ്മയുടെ അരിക് ചേർന്നാണ് അപ്പുണ്ണി കിടന്നത്. അടുക്കളയിൽ ഹാജിയുടെ ഭാര്യ വിളമ്പിവെച്ചുതന്ന ചോറ് കറിയുടെ സ്വാദിനോടൊപ്പം കഴിക്കാൻ തുടങ്ങിയപ്പോൾ വയറ് നിറഞ്ഞത് അധികമായെന്നു തോന്നി.

എഴുന്നേൽക്കുമ്പോൾ അറിയാതെ വന്നുപോയ ഒരേമ്പക്കം അവൻ കടിച്ചു പിടിച്ചു. ഇത്രയും സ്വാദുള്ള കറി ആദ്യമായി കഴിക്കുകയായിരുന്നു. അതുകൊണ്ട് ഉരുട്ടിയ ഉരുളകൾ അറിയാതെ വിഴുങ്ങുകയായിരുന്നു.

"വിവരങ്ങളൊക്കെ നേരം വെളുത്തിട്ട് പറയാ... പോയി കെടന്നൊറങ്ങിക്കോളീ" പാത്രം കഴുകി അടുക്കിവെയ്ക്കുമ്പോൾ ഹാജി അടുക്കളയിലോളം വന്ന് പറഞ്ഞു.

വന്നതു മുതൽ അമ്മയോട് ഓരോരോ കാര്യങ്ങൾ ചോദിക്കുകയും അമ്മയോടൊപ്പം സങ്കടപ്പെടുകയും ചെയ്യുകയായിരുന്നല്ലോ എന്ന് അപ്പുണ്ണി ഓർത്തു

പിന്നീട് ചുരുട്ടിയ പായയും തലയണയും എടുത്തുതന്നു. പടിപ്പുരയിൽ ലൈറ്റിട്ടാൽ വിറകുപുരയോളം നീളുന്ന പ്രകാശമുണ്ട്. കണ്ണിൽ കുത്തുന്ന പ്രകാശത്തിലേക്ക് നോക്കി കിടന്നപ്പോൾ ഉറക്കം വന്നില്ല. അപ്പോഴും നാവിൻ തുമ്പിലെവിടെയോ രാത്രിയിലെ കറിയിലെ സ്വാദ് കിനിയുകയായിരുന്നു.

കിടക്കുമ്പോൾ ചോദിക്കാതെത്തന്നെ അമ്മ പറഞ്ഞു.

"ഹാജ്യാരോട് പറഞ്ഞ് നോക്കിയാ ഏതെങ്കിലും വീട്ടിൽ ഒരു പണി കിട്ടുമായിരിക്കും. പണികിട്ടിയാൽ ദുരിതങ്ങളൊക്കെ മാറും."

അപ്പോഴും വർത്തമാനങ്ങളിലൊന്നും അച്ഛൻ കടന്നുവന്നില്ല.

"രാവിലെ അച്ഛനെ വിളിപ്പിക്കാമെന്നല്ലേ അമ്മേ അയാള് പറഞ്ഞത്?"

"ങ്ഹും"

വെറുമൊരു മൂളൽ മാത്രം. നടക്കില്ലെന്ന് അമ്മ മുൻകൂട്ടി അറിഞ്ഞുവെച്ചതുപോലെ. അമ്മയോടൊപ്പംചേർന്നുകിടക്കുമ്പോൾ അപ്പുണ്ണി കഴിഞ്ഞദിവസങ്ങളിലെ കൂട്ടുകാരെ ഓർത്തു.

സുരേന്ദ്രൻ

കൃഷ്ണൻകുട്ടി

റസാഖ്

മൈമൂന

എല്ലാവരേയും ഓർത്തു. അവരൊക്കെ വീണ്ടും വീട്ടിലെത്തിയ സന്തോഷത്തിൽ കിടക്കുകയാവും ഇപ്പോൾ. അല്ലെങ്കിൽ ചങ്ങാതിമാരെ പിരിഞ്ഞ സങ്കടമായിരിക്കുമോ? ഓർത്തോർത്ത് കിടക്കവെ എപ്പോഴോ ആണ് ഉറങ്ങിപ്പോയത്.

പ്ലാസ്റ്റിക്ക് സഞ്ചിയിൽ മീനും തൂക്കി നഫീസു വന്നു. "യ്യും..കുട്ടിം ചായ കുടിച്ചാ... ഞാൻ ഉച്ചയ്ക്കത്തേക്കുള്ള മീൻ വാങ്ങാൻ പോയതാ. മീൻ സൈക്കള്മ്മല് ഇവിടെത്തന്നെ കൊണ്ടുവരും. അത് കിട്ടണങ്കി ളുഹർ ബാങ്ക് കൊടുക്കണം. പിന്നെ വെച്ചു ണ്ടാക്കി വരുമ്പോത്തിന് നേരം. ഇനിക്കാണെങ്കി ഇവിടെത്തെ ചോറ് വെയ്പ് കയിഞ്ഞ് പോരേ? പോയിറ്റ്ണ്ട് നൂറുകൂട്ടം പണി. ഞാൻ വൈച്ചിട്ടല്ല, പത്ത് പന്ത്രണ്ട് കൊല്ലായി ഇവിടംകൊണ്ട്... ങ്ങള് വന്ന വിവരൊക്കെ രാവിലെ ഹജ്ജുമ്മ പറഞ്ഞ്... ങ്ങള്.. ന്നാ ചെക്കന്യായിറ്റ് ഇവിടെ നിന്നോളി. അങ്ങനേച്ചാ ഇനിക്ക് രാവിലെ ഓടിപ്പെടച്ച് വരണ്ടല്ലാ."

അമ്മ ഒന്നും പറഞ്ഞില്ല. ഉച്ചയ്ക്ക് ചോറ് തിന്നാൻവന്ന ഹാജി കുട മടക്കി വെള്ളത്തുള്ളികൾ പുറത്തേക്ക് വീശിയെറിഞ്ഞിട്ട് പറഞ്ഞു.

"ഓൻ പൊരപൂട്ടി താക്കോലും കൊടുത്ത് പോയീന്നാ കേട്ടത്. അടുത്ത പൊരക്കാരോട് ചോദിച്ചപ്പം അവര് പറയ്യേ. ഞാനും പാണ്ട്യാലയിലെ കുഞ്ഞയ്യപ്പനും കൂടി അവിടം വരെ ഒന്നു പോയി നോക്കി."

"അങ്ങനേണങ്കി വല്ല പണിംചെയ്ത് വാടകേംകൊടുത്ത് ങ്ങക്കും ചെക്കനും അവിടുത്തന്നെ കൂടിക്കൂടെ?"

വാതിൽ ചാരിനിന്ന് വിവരം അറിയാൻ കാതോർത്ത് നിന്ന ഭാര്യയാണ് ചോദിച്ചത്.

"അറിഞ്ഞാ ദേശ്യത്തിന് പിന്നെയും വന്ന് ഭേത്യം ചെയ്യായി രിക്കുംല്ലേ, എറങ്ങി പോന്നതോണ്ട്."

അമ്മയുടെ മനസ്സിലും അപ്പോൾ അങ്ങനെ ഒരു വിചാരം തന്നെയായിരിക്കും ഉണ്ടായിരിക്കുക.

"ഇവിടെ എവിടെയെങ്കിലും ഒരു വീട്ടില് പണിക്കാളെ ആവശ്യ മുണ്ടെങ്കി ഞാനും മോനും."

അതുപറഞ്ഞ് തല ചേർത്ത് പിടിച്ച് നിന്നു. ഹാജി അക ത്തേക്ക് കടന്നപ്പോൾ ഭാര്യ പറഞ്ഞു.

"നിൽക്കുന്ന്ണ്ടെങ്കി ഞാൻ പറഞ്ഞമാതിരി ഇവിടെ നിർത്തി ക്കോളി. ഒരു പരിചയായി കഴിഞ്ഞാ നെഫീസുനെ ഞമ്മക്ക് പറഞ്ഞുവിടും ചെയ്യാം, ന്തേയ്...?"

"അതുവേണ്ട. ഞാനാലോചിക്കുന്നത് കിഴക്കേപ്പുറത്തെ വാടകക്കെട്ടിടത്തില് അറ്റത്തൊരു മുറിയുണ്ട്. ഇപ്പം ഒയിഞ്ഞ്

കിടക്കാണ്. ആ മുറീല് കിടക്കാനും ഒന്ന് പിന്നിൽക്ക് എറക്കി കെട്ട്യാ അവിടെ എന്തേങ്കിലും വെച്ചുണ്ടാക്കാനും പറ്റും. ശങ്കരനെ കണ്ട് പറഞ്ഞാ ഇഷ്ടിക കളത്തില് ഒരു പണി കൊടുത്തോളും. എപ്പോഴെങ്കിലും ആവശ്യംവരുമ്പോ ഞമ്മക്ക് ഇങ്ങട്ട് വിളിക്കും ചെയ്യാല്ലോ. പിന്നെ ചെക്കന്റെ അച്ഛൻതന്നെ വിളിക്കാച്ചാ അതും അയ്ക്കോട്ടെ."

വിവരം കേട്ടപ്പോഴാണ് അമ്മയ്ക്ക് മനസ്സ് തുറന്നതെന്ന അപ്പുണ്ണി ഓർത്തു.

അമ്മ അടുക്കളയിലേക്ക് നടന്നു. പണിക്കാരി ചോറിനുള്ള ഒരുക്കങ്ങളിൽ മുഴുകുമ്പോൾ അമ്മയും സഹായിച്ചു. ഇപ്പോൾ പാത്രത്തിലേക്ക് വെള്ളമെടുക്കാൻ പൈപ്പ് അമ്മ ഒറ്റയ്ക്കാണ് തിരിക്കുന്നത്. അടുക്കളയിൽ പണിക്കാരി മാത്രമായപ്പോൾ അമ്മ പതുക്കെ ചോദിച്ചു.

"ഹാജ്യാരെ മക്കള്?"

"ആകെ ഒരു മോളാ. അതിനെ കെട്ടിച്ചുപോയി. ഇപ്പം ദുബായിലാ... കൊല്ലത്തിൽ വരും. രണ്ടാഴ്ച നിന്ന് ആ കുട്ടി പോവും ചെയ്യും. വല്ല്യസ്വത്തുക്കാരാ. ഒരുപാട് പീട്യമുറികളുണ്ട് വാടകയ്ക്ക് കൊടുത്തത്. തെങ്ങുംപറമ്പും ഒരെമ്പാടുണ്ട്. ന്നാലും പാവങ്ങളോടൊക്കെ വല്ല്യ ദയയുള്ള ആളാ? ഇപ്പം വെള്ളപ്പൊക്കണ്ടായിറ്റ് കരകയറോലെ ചെലവ് കാര്യായിട്ടും മൂപ്പരതാവും. ഹജ്ജുമ്മയും അങ്ങനെതന്ന്യാ."

പിന്നെ അവർ അമ്മയെപ്പറ്റി ചോദിച്ചുകൊണ്ടിരുന്നു.

ആകാശമിപ്പോൾ പൂർണ്ണമായും തെളിഞ്ഞിരിക്കുന്നു. വെയിലിന്റെ നാളങ്ങൾ മുറ്റത്തും തൊടിയിലും തിളങ്ങിനിന്നു.

ഏഴ്

ഒമ്പതുമണിയോടെ സ്ത്രീകൾ എല്ലാവരും വന്നെത്തും. പുരുഷന്മാരായി മൂന്ന് പേരുണ്ട്. അവർ അതിനും മുമ്പ് കളത്തിലെത്തിയിരിക്കും.

പിന്നെ, ബീഡിവലിച്ചും തമാശകൾ പറഞ്ഞും വരുമ്പോൾ ധരിച്ചിരുന്ന വസ്ത്രങ്ങളെല്ലാം അഴിച്ചുകുടഞ്ഞ് മടക്കി വെച്ച്

തലേന്ന് പണികഴിഞ്ഞ് പോവുമ്പോൾ കഴുകിയിട്ട കള്ളിത്തുണികൾ മാറ്റിയുടുക്കും.

എല്ലാവരും എത്തിയാലേ പണി ആരംഭിക്കാൻ പറ്റൂ. ഒരാൾ ചളിമണ്ണ് കൊത്തിക്കൂട്ടുന്നു. അപ്പോഴേക്കും വെള്ളം കുടഞ്ഞ് ഈർപ്പം വരുത്താൻ സ്ത്രീകളിൽ ഒരാളുണ്ടാകും.

പെട്ടിവെച്ച്, ചവിട്ടിക്കുഴച്ച മണ്ണ് ചക്രത്തിലിട്ട് തിരിച്ച് കുഴമ്പു പരുവമാക്കി പെട്ടിക്കുള്ളിൽ നിറച്ചുവെയ്ക്കാൻ ആളുകൾ. മുറിച്ച കട്ടകൾ വെയിലത്തു പാകാൻ രണ്ടോ മൂന്നോ പേർ.

ഇങ്ങനെ ഇടയ്ക്കു വെച്ച് മുറിഞ്ഞു പോവാത്തവിധം പണി തുടങ്ങണമെങ്കിൽ എല്ലാവരും വന്നെത്തണം.

സ്ത്രീകൾ ഓരോരുത്തരായി വന്നു തുടങ്ങി. ഓരോരുത്തരുടെ കൈയിലും ഓരോ ചെറിയ സഞ്ചിയുണ്ട്. അതിൽ രണ്ട് നേരത്തേക്കുള്ള ഭക്ഷണമുണ്ട്. പതിനൊന്ന് മണിയോടെ ചായാ. ഉച്ചയ്ക്ക് പണി നിർത്തിയാൽ കഞ്ഞി.

കഞ്ഞി തൂക്കുപാത്രത്തിൽ അടച്ചുവെച്ചിരിക്കും ചായയ്ക്ക് കഴിക്കാനുള്ളതു മാത്രമേ കൊണ്ടുവരൂ.

ചായ കളത്തിൽ തന്നെ അടുപ്പ് കൂട്ടി തിളപ്പിച്ചെടുക്കും. എല്ലാവരും പാടവരമ്പിലിരുന്നാണ് കഴിക്കുക. ഇലച്ചീന്തിൽ കൊണ്ടുവന്ന പലഹാരങ്ങൾ നിരത്തും. എല്ലാം രാവിലെ വീട്ടിൽ ചായയ്ക്കുവേണ്ടി ഉണ്ടാക്കിയതായിരിക്കും.

ആണുങ്ങൾ പക്ഷേ ഒന്നും കൊണ്ടുവരുന്നവരല്ല. അവർ ചായയ്ക്കു സമയമായാൽ അങ്ങാടിയിലേക്കു പോവും. വരുന്നതു വരെ ചായ കുടിച്ച് വർത്തമാനവും പറഞ്ഞ് ക്ഷീണം തീർത്ത് സ്ത്രീകൾക്കു വരമ്പത്ത് കാലും നീട്ടിയിരുന്ന് വിശ്രമിക്കാം.

പരിസരത്ത് ചുറ്റി നടന്ന് മൺകട്ടകൾ എറിഞ്ഞുടച്ചും പാടത്തേക്ക് വെള്ളം തിരിച്ചുവിടുന്നേടത്ത് തുഞ്ചുന്ന ചെറിയ പരൽ മീനുകളെ നോക്കിയും നിൽക്കുന്ന അപ്പുണ്ണിയെ ചായ കുടിക്കാനിരിക്കുമ്പോഴാണ് അമ്മ വിളിക്കുക.

പണിക്കാരുടെ കൂട്ടത്തിൽ വന്നിരിക്കാൻ അപ്പുണ്ണിക്ക് വലിയ നാണമായിരുന്നു. അവർ ഓരോന്ന് പറഞ്ഞ് കളിയാക്കിക്കൊണ്ടേ ഇരിക്കും. എല്ലാം ഒരു നേരം പോക്കിനാണെന്ന് അപ്പുണ്ണിക്കറിയാം. എന്നാലും കേൾക്കുമ്പോൾ എന്തോ ഒരു വല്ലായ്മ.

പൊളിച്ചെടുക്കാൻ പാകമായിത്തുടങ്ങിയ ഒരു ചൂള അല്പമ കലെയുണ്ട്. അത് പൊളിച്ച് കട്ടകളായി ലോറിയിൽ കയറ്റി ക്കൊണ്ട് പോവുമ്പോഴേക്കും മറ്റൊന്ന് പടുത്തുയർത്തുന്നു.

ദൂരെ നിന്നു നോക്കിയാൽ തീപ്പിടുത്തം കഴിഞ്ഞ് കരിഞ്ഞ് നിൽക്കുന്ന ഒരു വലിയ വീടാണെന്നേ തോന്നൂ. മുകളിലേക്ക് വീതി കുറഞ്ഞ് ഒരു കെട്ടിടം പോലെ. അകത്ത് വലിയ ഗുഹ യുണ്ട്. അതിനുള്ളിൽ തീക്കനലുകൾ ആളുന്നത് കാണാം. വലിയ മുട്ടിവിറകുകൾ പകുതിയായി പൊളിച്ചാണ് ദ്വാരത്തിലൂടെ അക ത്തേക്ക് തള്ളുക. ദിവസങ്ങളോളം കിടന്ന് വെന്ത് കഴിയുമ്പോൾ കട്ടകൾ പാകമാവുന്നു. പാകമായ കട്ടകൾ മുതലാളിയുടെ വിൽ പ്പനകേന്ദ്രത്തിലേക്ക് ലോറിയിൽ കയറ്റി എത്തിക്കും.

എല്ലാ ശനിയാഴ്ചകളിലുമാണ് കൂലി കൊടുക്കുക. അന്ന് മുതലാളിയുടെ കാര്യസ്ഥൻ പണവുമായി വൈകുന്നേരത്തോടെ കളത്തിലെത്തുന്നു. ഓരോരുത്തരുടെയും പേര് വിളിച്ച് പണം എണ്ണിക്കൊടുക്കും. അന്ന് എല്ലാവർക്കും വലിയ സന്തോഷമാ യിരിക്കും. അങ്ങാടിയിൽ നടന്ന് സാധനങ്ങൾ വാങ്ങിക്കാനും കടം വാങ്ങിയ പീടികയിൽകയറി കണക്കുതീർക്കാനും അന്ന് ഏറെ നേരം പലരും അങ്ങാടിയിൽ തന്നെയാവും.

ഹാജിയാർ, ശങ്കരൻ മേസ്തിരിയോട് പറഞ്ഞാണ് അമ്മയ്ക്ക് കളത്തിൽ ജോലി വാങ്ങിക്കൊടുത്തത്. ആദ്യമൊക്കെ മുറിച്ച കട്ടകൾ പലകയിൽ നിരത്തി വെയിലത്തു പടുത്തു വെയ്ക്കുന്ന പണിയായിരുന്നു അമ്മയ്ക്ക്.

അപ്പോഴെല്ലാം ഓരോ തവണയും അമ്മയോടൊപ്പം അവനും നടക്കും. അമ്മ നിരത്തിവെച്ച കട്ടകൾ എണ്ണി നോക്കും. തൊട്ടു തൊട്ടു നിരന്നിരിക്കുന്നതിനാൽ പലപ്പോഴും മനസ്സിൽനിന്ന് കട്ട യുടെ എണ്ണം തെന്നിപ്പോവും.

ഒരിക്കലും ഒരു വരി പൂർത്തീകരിക്കാൻ അപ്പുണ്ണിക്ക് ആയില്ല. എണ്ണം നോക്കിയല്ല പക്ഷേ കൂലി കൊടുക്കുക.

അത് പണിക്കു വന്ന ദിവസങ്ങളിലെ കണക്കുനോക്കിയാ യിരിക്കും. പണിക്ക് എത്താത്തവരുടെ പേരുകൾ മൂപ്പനാണ് എഴുതിവെയ്ക്കുക. കൂലി കൊടുക്കുമ്പോൾ മൂപ്പൻ പോക്കറ്റിലെ ചെറിയ പുസ്തകമെടുത്ത് മേസ്തിരിയുടെ മുമ്പിലിരിക്കും.

മാധവി അഞ്ച്, ശാന്തേടത്തി ഒന്ന്. ആഴ്ചയിൽ ആറ് ദിവസമാണ് പണി. എല്ലാ ദിവസവും വന്നവർക്ക് മുഴുവൻകൂലിയും കിട്ടും. അല്ലാത്തവർക്ക് വരാത്ത ദിവസം കണക്കാക്കി കുറയ്ക്കുകയും ചെയ്യും.

അമ്മ ഒറ്റ ദിവസവും മുടങ്ങിയിട്ടില്ല. രാവിലെ ചായകുടി കഴിഞ്ഞ് പാത്രങ്ങൾ കഴുകി അടുക്കിയാൽ നേരെ ചൂളയിലേക്കാണ് പോവുക. സഞ്ചി എന്നും അപ്പുണ്ണിയുടെ കൈയിലായിരിക്കും. രാവിലെത്തെ പലഹാരങ്ങൾ കടലാസ്സിൽ പൊതിഞ്ഞ് വെച്ചിരിക്കും. പിന്നെ ഒന്നോ രണ്ടോ പഴയ തോർത്തുമുണ്ടുകൾ.

പണികഴിഞ്ഞ് അമ്മയോടൊപ്പം തിരിച്ചുവരുമ്പോൾ വെയിലിന്റെ മഞ്ഞനിറം കോലായിൽ വീണുകിടപ്പുണ്ടാവും. നിരപ്പലകയിട്ട മുറിയുടെ മുൻവശത്തെ കോലായിൽ മുളയും ഓലയും കെട്ടിമറച്ചിട്ടുണ്ട്. അവിടെയാണ് കിടത്തം. കെട്ടിടത്തിൽ ആകെ മൂന്നു മുറികളുണ്ട്.

അറ്റത്തെ മുറിയുടെ കോലായയാണ് അമ്മയ്ക്ക് കൊടുത്തത്. രണ്ട് മുറികളിൽ വളച്ചാക്കുകൾ കൂട്ടിയിട്ടിരിക്കുന്നു. അത് എപ്പോഴും അടഞ്ഞുകിടക്കും. മുറിയുടെ പടിഞ്ഞാറ് ഭാഗം ഓലകൊണ്ട് ഇറക്കികെട്ടിയ വരാന്തയുണ്ട്. വരാന്തയിൽ അമ്മതന്നെ ചൂളയിൽ നിന്നുകൊണ്ടുവന്ന കേടുവന്ന ഇഷ്ടികകൾ പാകി അടുപ്പുകൂട്ടിയിട്ടുണ്ട്. പാത്രങ്ങൾ തിണ്ണയുണ്ടാക്കി നിരത്തി വെച്ചിട്ടുണ്ട്.

ഹാജിയാരുടെ പണിക്കാരാണ് ചീന്തിയ മുളയും മൊടഞ്ഞ ഓലയുമായി വൈകുന്നേരം വന്ന് മറച്ചു കെട്ടിയത്. അപ്പുണ്ണി അമ്മയോടൊപ്പം നോക്കി ഇരിക്കുകയായിരുന്നു.

മുളകൾ ചേർത്ത് കെട്ടി ഓലകൊണ്ട് മറച്ചപ്പോൾ അകമാകെ ഇരുട്ടു കടന്നു. അകത്തേക്ക് കടക്കാനും പുറത്തേക്കിറങ്ങാനും പറ്റിയ വിധം ഓലകൊണ്ട് തന്നെ കെട്ടിവാതിലുണ്ടാക്കി. പകലൊക്കെ ഓലപ്പഴുതിലൂടെ വരുന്ന പ്രകാശത്തിന്റെ ചെറിയ മുട്ടകൾ നിലത്തും ചുമരിലും പതിഞ്ഞുകിടക്കും.

രണ്ട് പണിക്കാർ വൈകുന്നേരമായപ്പോഴേക്കും പണിതീർത്തു. പണി തീരാറായപ്പോഴാണ് ഹാജ്യാര് എത്തിയത്,

"അമ്മയ്ക്കും മോനും ഇതുമതി. തീപ്പൊരി പറ്റണത് നല്ലോം നോക്കണം. ഒണങ്ങിയ ഓലയാവുമ്പോ നല്ല ശ്രദ്ധവേണം. രാത്രീല് വെളക്ക് കത്തിച്ച് ഒറങ്ങിപ്പോവരുത്. വെപ്പും തീനും

ഒക്കെ അപ്രത്ത് ചരുവില് വെച്ച് ആക്കിക്കോളി. ഒറ്റയ്ക്കാണെന്ന് വെച്ച് ഇവിടെ ങ്ങക്ക് ഒരു പേടിം വേണ്ട. ഉള്ളതുകൊണ്ട് ഓണം പോലെ, ന്തേയ്."

പിന്നെ പണിക്കാരെയും വിളിച്ച് റോഡിലൂടെ എങ്ങോട്ടോ നടന്നു.

ആദ്യ ആഴ്ചയിൽ കൂലി കിട്ടിയപ്പോൾ അമ്മ അവന് അങ്ങാടി യിലെ ചെട്ടിയുടെ തുണിക്കടയിൽനിന്ന് അടിച്ചു തൂക്കിയിട്ട ഒരു ട്രൗസറും കുപ്പായവും വാങ്ങിക്കൊടുത്തു.

പല കുപ്പായങ്ങൾ ഇട്ട് നോക്കിയ ശേഷമാണ് പറ്റിയ ഒരെണ്ണം തിരഞ്ഞെടുത്തത്. പാകമായിരുന്നെങ്കിലും അപ്പുണ്ണിക്ക് വേണ്ടത്ര തൃപ്തിതോന്നിയില്ല. ഇടുങ്ങിയ പോക്കറ്റുകൾ. കൈയിട്ടാൽ വലി ച്ചെടുക്കാൻ കിട്ടാത്തതുപോലെ. എന്നാലും പുതിയ കുപ്പായ ത്തിന്റെ മണം അവനിഷ്ടമായിരുന്നു. നിറവും. നിറയെ വലിയ കള്ളികൾ.

കെട്ടിടത്തിന്റെ മുകളിലെ മുറികളിൽ മൂന്നിലും താമസക്കാരുണ്ട്. രാവിലെ പുറപ്പെട്ടുപോയാൽ വൈകുന്നേരം അവനും അമ്മയും വന്നശേഷമേ അവർ തിരിച്ചെത്തൂ.

അവർക്ക് കയറിപ്പോവാൻ കിഴുഭാഗം കെട്ടിടത്തോട് ചാരി കോണിയുണ്ട്. മുറികളിൽ എത്രപേർ താമസിക്കുന്നുണ്ടെന്നറി യാൻ അപ്പുണ്ണി രാവിലെ ഒരിക്കൽ കോണിയിലൂടെ കയറി വരാന്തയിലൂടെ നടന്നുനോക്കി. രണ്ട് മുറികളിലും മൂന്നുവീതം ആളുകളുണ്ട്. സ്റ്റൗ കത്തുന്ന ശബ്ദം വരാന്തയുടെ അറ്റം വരെ കേൾക്കാം. അവൻ വെറുതെ ഒന്നു പാളി നോക്കി. മുറിയിലുള്ള വർ പക്ഷേ അവനെ കണ്ടില്ല.

മൂന്നാമത്തെ മുറിയിൽ ആൾപെരുമാറ്റം കണ്ടില്ല. വാതിൽ തുറന്നു കിടന്നിരുന്നു. നോക്കുമ്പോൾ ഒരാൾ കിടക്കുന്നേടത്ത് തന്നെ തലയണ അട്ടിവെച്ച് വായിച്ചുകൊണ്ട് കിടക്കുന്നത് കണ്ടു. അവൻ താഴെക്കിറങ്ങി അമ്മയോട് മുകളിലുള്ള താമസക്കാരെ പ്പറ്റി പറയുമ്പോൾ അമ്മ പറഞ്ഞു.

"നീയെന്തിനാ അവിടെയൊക്കെ ചെന്നു നോക്കിയത്? അവര് കണ്ടാ എന്താ വിചാരിക്ക്യാ. നമ്മള് താഴെയുള്ളത് അവർക്കൊരു ബുദ്ധിമുട്ടാവരുത് മോനേ."

പിന്നെ അമ്മ പറഞ്ഞു. "അവരൊക്കെ കെട്ടിടം പണിക്ക് പോവുന്ന ആൾക്കാരാ. പടിഞ്ഞാറെ അറ്റത്തെ മുറിയിലുള്ളത് ഒരു മാഷാ. നാസ്സർ മാഷ്. അടുത്തെവിടെയോ സ്കൂളിലാ ജോലി. ഹാജ്യാര് പറഞ്ഞിരുന്നു."

പിന്നെ പലപ്പോഴായി വൈകുന്നേരങ്ങളിൽ അവർ മുകളിലേക്ക് സാധനങ്ങളുമായി കയറിപ്പോവുന്നത് കണ്ടു. തോളിൽ തൂക്കിയ ബാഗുമായി കയറിപ്പോവുന്നതാവും മാഷ് എന്നവൻ കരുതുകയും ചെയ്തു.

അവന്റെ ക്ലാസ്സ് മാസ്റ്റർ രഘുസാറായിരുന്നു. കറുത്തു തടിച്ച രഘുമാഷ്.

സ്കൂളിൽ തന്നെ കാണാതിരുന്നപ്പോൾ കുട്ടികളോടൊക്കെ ചോദിച്ചിരിക്കണം. അവർക്കാർക്കും പക്ഷേ ഒന്നും പറയാൻ കഴിയില്ലല്ലോ.

ഇപ്പോൾ തന്റെ പേര് നീണ്ട പുസ്തകത്തിൽ നിന്ന് വെട്ടിക്കളഞ്ഞിട്ടുണ്ടാവും. അനൂപ് എന്ന പേര് വിളിച്ചാൽ പിന്നെ വിളിക്കുക അപ്പുണ്ണി എന്നായിരുന്നു. അത് കഴിഞ്ഞ് ബാബുരാജൻ. ഇനിയിപ്പോൾ അനൂപിന്റെ പേര് കഴിഞ്ഞാൽ ബാബുരാജനെയാവും വിളിക്കുക.

എട്ട്

അപ്പുണ്ണി കോണികയറി വരാന്തയിലെത്തിയപ്പോൾ മാഷ് ചുരുട്ടിയ കട്ടികടലാസുകൾ നിവർത്തിവെച്ച് വരാന്തയിൽ തന്നെ ഇരിക്കുകയായിരുന്നു.

കാൽപെരുമാറ്റം കേട്ടതും മാഷ് പറഞ്ഞു.

"ഡ്ഢ് വന്നത് നന്നായി. ഈ കടലാസുകളൊക്കെ ഒന്ന് വെട്ടി കഷ്ണങ്ങളാക്കണം ചുരുട്ടി വെച്ചതുകൊണ്ട് നിവർത്തുമ്പോഴേക്കും വീണ്ടും ചുരുണ്ടുപോകുന്നു. കണ്ടില്ലേ ഒരു തല ഒരാള് പിടിക്കാനുണ്ടായാൽ എളുപ്പമായി."

കടലാസുകൾ ചുരുളുകളായി ചുമരിനോട് ചേർത്ത് വെച്ചിട്ടുണ്ട്, അവൻ ഒരറ്റം പിടിച്ച് മടക്കാൻ സഹായിച്ചു.

പേപ്പർ നാലായി മടക്കി അട്ടിവെച്ചു. എട്ടോ പത്തോ ഷീറ്റുകളുണ്ട്. എല്ലാം ചേർത്ത് മടക്കി അട്ടിയാക്കി പിന്നെ ഓരോന്നായി എടുത്ത് ബ്ലേഡുകൊണ്ട് മടക്കിലൂടെ നീളത്തിൽ വീശിയപ്പോൾ രണ്ടായി മുറിഞ്ഞു.

വീണ്ടും ഒരു വീശൽകൂടി, ഇപ്പോൾ ഒരട്ടി എട്ട് കഷ്ണങ്ങളായി മുറിഞ്ഞുവീണിരിക്കുന്നു. എല്ലാം ഒരേ വലുപ്പത്തിൽ. കത്രിക എടുത്താവും വെട്ടുക എന്നാണ് അവൻ കരുതിയത്.

എത്ര വേഗത്തിലാണ് മാഷ് മുറിച്ച് പാകപ്പെടുത്തുന്നത്. ഓരോ അട്ടിയായി അവൻ മാഷിനു നേരെ നീട്ടി. ഇടയിലൂടെ ബ്ലേഡ് തിരുകി നീട്ടിവീശുന്നത് കൗതുകത്തോടെ നോക്കി അവൻ നിന്നു.

ഇത്രയും കടലാസുകൾ മുറിച്ചു കഷ്ണങ്ങളാക്കുന്നത് എന്തിനാണെന്ന് അവന് മനസ്സിലായില്ല, അവൻ ചോദിച്ചു.

"എല്ലാം മുറിച്ചു ചെറുതാക്കുന്നതെന്തിനാ?"

"ഇതിലൊക്കെ പല ചിത്രങ്ങൾ വരച്ചുണ്ടാക്കണം പഠിക്കുമ്പോൾ കുട്ടികൾക്ക് കാണിച്ച് കൊടുക്കാനാ. എന്നാലേ അവർക്ക് മനസ്സിലാവൂ. മണ്ണിനടിയിൽനിന്ന് വെള്ളവും വളവുമെല്ലാം ചെടികൾ വലിച്ചെടുക്കുന്നത് എങ്ങനെയാണെന്ന് പറഞ്ഞാൽ മനസ്സിലാവ്വോ. അത് കാണിച്ച് കൊടുക്കണ്ടേ? അതിനാ ഇതെല്ലാം. ശനിയും ഞായറും ഏതായാലും ഒഴിവല്ലേ. രണ്ട് ദിവസംകൊണ്ട് എല്ലാം തീർക്കണം."

അവന്റെ ക്ലാസ്സിൽ ശാരദ ടീച്ചർ പക്ഷേ ചിത്രങ്ങളൊന്നും കൊണ്ടുവന്ന് കാണിച്ചിരുന്നില്ല.

പുസ്തകത്തിലെ ചിത്രം ചൂണ്ടി കണ്ടില്ലേ എന്ന് ചോദിക്കുക മാത്രം ചെയ്യും.

അപ്പുറത്ത് കുമാരൻമാസ്റ്റർ ബോർഡിൽ തന്നെ ചിത്രങ്ങൾ വരച്ചിടുന്നതുകാണാം. നല്ല ഭംഗിയിൽ പൂവിന്റെയും ഇലയുടെയും ചിത്രങ്ങൾ.

പുറത്തേക്ക് വിടുന്ന സമയം പല ക്ലാസ്സിലൂടെയും നടന്നുപോവുമ്പോൾ കാണാം. കുമാരൻമാസ്റ്റർ പഠിപ്പിച്ചുപോയ ക്ലാസ്സിൽ മാത്രമേ ചിത്രങ്ങളുണ്ടാവൂ.

ചിലപ്പോൾ മറ്റദ്ധ്യാപകരും മാഷെ വിളിച്ച് ബോർഡിൽ ചിത്രങ്ങൾ വരപ്പിക്കാറുണ്ട്.

ഒരിക്കൽ ബോർഡിൽ പൂവിന് സമീപത്തേക്ക് പൂമ്പാറ്റ പാറി വരുന്നത് കളർചോക്കുകൊണ്ട് വരഞ്ഞിട്ടത് കാണാൻ എന്തു ഭംഗിയായിരുന്നു.

അവൻ ഉച്ചയ്ക്ക് ഒഴിവുകിട്ടിയ സമയം സ്ലേറ്റ് എടുത്ത് അതേ പോലെ നോക്കി വരയ്ക്കാൻ തുടങ്ങി. അതുകണ്ട് രമേശനും മുഹമ്മദും ഹംസക്കോയയും സ്ലേറ്റുമായി വന്ന് വരയ്ക്കാൻ തുടങ്ങി.

പൂവ്വ് അതേപോലെ നോക്കി വരച്ചുവെച്ചു. പൂമ്പാറ്റ പക്ഷേ എത്ര വരച്ചിട്ടും ശരിയായില്ല. പറക്കുന്നതിനു പകരം ചത്തുവീണു കിടക്കുന്നതുപോലെയാണ്. അവനുതന്നെ തോന്നിയത്.

എല്ലാവരും വരച്ചത് ഒത്തുനോക്കിയപ്പോൾ അവന്റെ അത്രയും നന്നായില്ല മറ്റുള്ളവരുടേതെന്ന് അവർതന്നെ പറഞ്ഞു.

ക്ലാസ് തുടങ്ങിയപ്പോൾ ശാരദടീച്ചറെ കാണിച്ചു.

"കൊള്ളാമല്ലോ. എടാ മിടുക്കാ, നിനക്ക് ഇങ്ങനെയൊക്കെ വരയ്ക്കാൻ കഴിയുമായിരുന്നോ. ഇതുകണ്ടോ നിങ്ങൾ?"

ടീച്ചർ സ്ലേറ്റ് ഉയർത്തിപ്പിടിച്ച് എല്ലാവരെയും കാണിച്ചു. പിന്നെ അടുത്ത ക്ലാസ്സിൽ നിന്ന് കുമാരൻമാസ്റ്ററേയും കാണിച്ചു.

ഇപ്പോഴും കുമാരൻമാസ്റ്റർ സ്കൂളിലുണ്ടാവുമോ ആവോ? ഉണ്ടെങ്കിൽ ചിലപ്പോ ചോദിക്കുന്നുണ്ടാവും. ആ ചിത്രം വരയ്ക്കുന്ന അപ്പുണ്ണി എന്താ ഇപ്പോ സ്കൂളിൽ വരാത്തത്? അപ്പോൾ തന്റെ ടീച്ചർ എന്താവും പറയുക?

മാഷ് ഓരോ കടലാസുമെടുത്ത് പാഠപുസ്തകത്തിൽ വരച്ച ചിത്രങ്ങൾ വലുതാക്കി പെൻസിൽകൊണ്ട് നേരിയ രൂപത്തിൽ കടലാസിൽ കോറിയിടുന്നത് കണ്ടുനിന്നു.

ഏറ്റക്കുറച്ചിലുകൾ റബ്ബർകൊണ്ട് മായ്ച്ച് ശരിപ്പെടുത്തി. ചിത്രം നോക്കിയിട്ട് അവനൊന്നും മനസ്സിലായില്ല. എന്തിന്റെയാണെന്നു പോലും മനസ്സിലാക്കാനാവുന്നില്ല.

അമ്മ വിളിച്ചു.

"അപ്പൂ ഒന്നിങ്ങോട്ട് വാ... അമ്മയ്ക്ക് ഇന്ന് കളത്തിൽ പണിയില്ല. ഞായറാഴ്ചയായതുകൊണ്ട് നാളെയും പണിയുണ്ടാവില്ല. അമ്മ ഇന്നലെത്തന്നെ പറഞ്ഞിരുന്നു. മണ്ണ് വന്നിട്ടില്ലാത്രേ."

"ഞാൻ പോട്ടെ മാഷേ."

അവൻ കോണിപ്പടികൾ ഇറങ്ങി ഊക്കിൽ നടന്നു.

'പീടേട്യൽ പോയി ഒരു കഷ്ണം സോപ്പ് വാങ്ങിക്കൊണ്ട് വാ. നല്ല വെയിലുണ്ട് ട്രൗസറും കുപ്പായവും ഒന്ന് അലക്കിയിടണം." അടുത്ത വീട്ടിലെ ജാനേടത്തിന്റെ കിണറിന്നാണ് അമ്മ വെള്ളം കോരുക. അവരുടെതന്നെ അലക്കുകല്ലിൽ വെച്ച് അലക്കിയെടുക്കുകയും ചെയ്യും. അവൻ അമ്മകൊടുത്ത അഞ്ചുരൂപയുമായി പീടികയിലേക്ക് ഓടാൻ തുടങ്ങുമ്പോഴാണ് മുകളിൽ നിന്ന് തല താഴേക്ക് തൂക്കി മാഷ് വിളിച്ചത്.

"അപ്പുണ്ണി കടേൽക്കാണോ? ഇത് കൂടി ഒന്ന് വാങ്ങീട്ട് വാ. കുറച്ച് മുളകുപൊടി എനിക്കും വാങ്ങിച്ചോ."

മദ്രസയുടെ ഗേറ്റിനു സമീപം ഒരു പീടികയേ ഉള്ളൂ. എല്ലാ സാധനങ്ങളും അവിടെയുണ്ടാവും. പച്ചക്കറിയും ഉണക്കമീനും മസാലസാധനങ്ങളും എല്ലാം.

തൊട്ടടുത്ത് മുടിവെട്ടിക്കുന്ന പീടിക. പിന്നെ റേഷൻ പീടിക അവിടെ വൈകുന്നേരമായാൽ ചില ദിവസങ്ങളിൽ നല്ല തിരക്കാവും.

അവനു പക്ഷേ റേഷൻ ഷാപ്പിൽ പോവേണ്ടി വന്നിട്ടില്ല. തൊട്ടടുത്ത് ഓലകൊണ്ട് പന്തലിട്ട ഷെഡ്ഡുണ്ട്. അവിടെ വൈകുന്നേരമായാൽ മീൻ വിൽപനക്കാരുണ്ടാവും. ഒച്ചയും ബഹളവും എപ്പോഴും കേൾക്കാം. മത്സരിച്ച് കച്ചവടം ചെയ്യുന്നവരുടെ നിലയ്ക്കാത്ത ബഹളം. അതോടെ തീർന്നു. അങ്ങാടി.

പോയ അതേ വേഗതയിൽ അവൻ തിരിച്ച് വീട്ടിലേക്ക് ഓടി. ഉരുട്ടാൻ ഒരു ചക്രമുണ്ടായിരുന്നെങ്കിൽ ഇതിനേക്കാൾ വേഗം എത്തുമായിരുന്നു.

സൈക്കിളിന്റെ ടയർ സ്വന്തമായി ഉണ്ടായിരുന്നു. സൈക്കിൾ ഷാപ്പ് നടത്തുന്ന രാവുണ്ണിയുടെ അച്ഛന്റെ പീടികയിൽ നിന്ന് അവനാണ് വാങ്ങിച്ചുതന്നത്. അതുപക്ഷേ വീട്ടിലായിപ്പോയി. അടുത്തൊന്നും സൈക്കിൾ ഷാപ്പില്ല. ഉണ്ടെങ്കിൽ തന്നെ ആരാണ് വാങ്ങിത്തരിക?

സോപ്പ് കട്ട അമ്മയ്ക്ക് കൊടുത്ത് അവൻ മാഷിന്റെ മുറിയുടെ കോണി കയറി.

വരാന്തയിൽ ചായംതേച്ച കടലാസുകൾ നിരത്തിവെച്ചിരിക്കുന്നു.

എല്ലാം വിവിധ നിറങ്ങളിലുള്ള ചിത്രങ്ങൾ. മരവും മുളയ്ക്കുന്ന അണ്ടിയും വളർന്നുനിൽക്കുന്ന പയർചെടിയും എല്ലാമുണ്ട്.

ചില ചിത്രത്തിന്മേൽ തെറ്റിട്ട് മാറ്റിവെച്ചിട്ടുണ്ട്. അവയുടെയെല്ലാം മറുപുറം ഒഴിഞ്ഞുകിടക്കുന്നുണ്ട്. മാറ്റിയിട്ടവ നോക്കി നിന്നപ്പോൾ നാസർ മാഷ് ചോദിച്ചു:

“നിനക്കു വേണങ്കിലെടുത്തോ ചിത്രം വരച്ച് പഠിക്കാം.”

മൂന്നു കടലാസുകൾ അട്ടിചേർത്ത് പിടിച്ചപ്പോൾ മാഷ് വീണ്ടും പറഞ്ഞു:

“എടുത്തോ. വരച്ചുതെറ്റിപ്പോയതാ. മറുപുറത്ത് ചിത്രം വരച്ചോ. നീ വീട്ടിൽ കൊണ്ടുപോയി വരച്ച് പഠിക്ക്.”

“അതിന് ചായപ്പെൻസിലില്ലല്ലോ.”

മാഷ് ചിരിച്ചു.

“ഓ... അത് ശരിയാണല്ലോ. ഒരുകാര്യം ചെയ്തോ ആ മൂലയിൽ ഒരു ചോക്ക് പെട്ടിയുണ്ട്. അതിൽനിന്ന് വേണ്ട കഷ്ണങ്ങൾ തെരഞ്ഞെടുത്തോ.”

“പുറത്ത് തട്ടിയിട്ട് നോക്ക്. ബാക്കി പെട്ടിയിൽ തന്നെ വെച്ചേക്ക്.”

എല്ലാം തേഞ്ഞ് കുറ്റിയായവ. എന്നാലും ഒരു പെട്ടിനിറയെ ഉണ്ട്. അവൻ അഞ്ചാറ് കളറുകൾ വലിപ്പം കൂടിയവയിൽനിന്ന് തെരഞ്ഞെടുത്തു. അധികവും കൈയിൽ പിടിക്കാൻപോലും വലിപ്പമില്ലാത്തവയാണ്. എവിടെ നിന്നാണ് ഇത്രയും മാഷ്ക്ക് കിട്ടിയത്? വിചാരിക്കുമ്പോഴേക്കും മാഷ് പറഞ്ഞു:

“കുട്ടികൾക്ക്, കളറില്ലാതാവുമ്പോൾ കൊടുക്കാൻ വേണ്ടി രണ്ടായി മുറിച്ചതാണ്. ഇപ്പോ എല്ലാം കുറ്റി പരുവത്തിലായി.”

അവൻ കളറും കടലാസുകഷ്ണങ്ങളുമായി കോണിയിറങ്ങി. വന്നപ്പോൾ അമ്മയില്ല. ജാനേടത്തിയുടെ വീട്ടിൽനിന്ന് കല്ലിൽ തുണി വീഴുന്ന ശബ്ദം കേൾക്കുന്നുണ്ട്.

കടലാസുപെൻസിൽ കൈയിൽ കിട്ടിയതും അപ്പോൾതന്നെ എന്തെങ്കിലും വരയ്ക്കണമെന്ന് തോന്നി. എന്താണ് വരയ്ക്കുക?

സാധനങ്ങൾ പൊതിഞ്ഞു വാങ്ങിച്ചു കൊണ്ടുവന്ന കടലാസുകളൊന്നും കാണുന്നില്ല. എല്ലാം അമ്മ തീപിടിപ്പിക്കാൻ എടുത്തു തീർത്തിരിക്കുന്നു.

പെട്ടെന്ന് ആരോ അവനുവേണ്ടി തൂക്കിയിട്ടതുപോലെ ഒരു ചിത്രം തൂങ്ങുന്നു.

ഒമ്പത്

പേപ്പർ മുറിച്ച് കഷ്ണമാക്കി വരച്ചുകൊള്ളാനാണ് മാഷ് കടലാസ് തന്നത്. മാഷ് മുറിക്കുംപോലെ മുറിച്ചെടുക്കാൻ കഴിയില്ലെന്ന് തോന്നിയപ്പോൾ വലിയ കടലാസ്സിൽതന്നെ വരയ്ക്കാൻ തീരുമാനിക്കുകയായിരുന്നു.

എന്തു നോക്കിയാണ് വരയ്ക്കുക എന്നാലോചിച്ചിരിക്കുമ്പോഴാണ് നേരെ മുന്നിൽ പട്ടികയടിച്ച് മരത്തിൽ കെട്ടിത്തൂക്കിയിട്ട സിനിമയുടെ പോസ്റ്റർ കണ്ണിൽപെട്ടത്.

നിർത്തിയിട്ട ഓട്ടോറിക്ഷയും അതിൽനിന്ന് സഞ്ചിയും തൂക്കി ഇറങ്ങിനിൽക്കുന്ന ഒരു സ്ത്രീയും. ചിത്രത്തിലേക്ക് തന്നെ കുറേ നേരം നോക്കിനിന്നു.

മഞ്ഞയും കറുപ്പും നിറത്തിൽ ഓട്ടോറിക്ഷ. മുമ്പിലെ ചെറിയ ചക്രം ചരിഞ്ഞ് കിടക്കുന്നു. ഡ്രൈവറെ നല്ലവണ്ണം തെളിഞ്ഞു കാണുന്നില്ല. ഒരു പുകപോലെ മാത്രം.

ഇറങ്ങിനിൽക്കുന്ന സ്ത്രീയുടെ കൈയിൽ ഒരു സഞ്ചിയുണ്ട്. സഞ്ചിയിൽനിന്ന് പുറത്തേക്ക് കാണുന്ന പച്ചക്കറി സാധനങ്ങൾ. സൂക്ഷിച്ചു നോക്കുമ്പോൾ മനസ്സിലായി. പടവലവും മുരിങ്ങക്കായയുമാണ് പുറത്തേക്ക് നീണ്ടുകാണുന്നത്.

സ്ത്രീ ആരെയോ നോക്കി ചിരിക്കുന്നതുപോലെ. മഞ്ഞ, കറുപ്പ്, പച്ച എല്ലാ കളറുകളുമുണ്ട്. അവന്റെ കൈയിൽ പക്ഷേ തേഞ്ഞുകുറ്റിയായ ഏതാനും കളറുകൾമാത്രം.

അമ്മ ഇഷ്ടികക്കളത്തിൽ പോയിരിക്കുന്നു. ഇനി വൈകുന്നേരമേ വരൂ. ഉച്ചയ്ക്ക് തിന്നാനുള്ള ചോറും കൂട്ടാനും അകത്ത് മൂടിവെച്ചിട്ടുണ്ട്. കലത്തിൽ നല്ല തണുത്തവെള്ളം മൂടിവെച്ച തട്ടിനു മുകളിൽ തന്നെ കമ്ഴ്ത്തിവെച്ച ഗ്ലാസ്സുമുണ്ട്.

ഒരു ഗ്ലാസ്സ് വെള്ളം കുടിച്ചു. പിന്നെ കടലാസ് തറയിൽ വിരിച്ചിട്ടു. നിരപ്പ് ശരിയാവുന്നില്ല. വിരിക്കാൻ പറ്റിയതൊന്നും കാണുന്നില്ല. പഴയ പത്രം കിട്ടിയാൽ അടിയിൽ നിവർത്തി നിരത്താമായിരുന്നു. മാഷിന്റെ മുറിയിൽ അട്ടിവെച്ച അനേകം പത്രങ്ങളുണ്ട്.

നേരത്തെയാണെങ്കിൽ ഒരു പത്രം ചോദിച്ചാൽ മാഷ് തരുമായിരുന്നു. ഇനിയിപ്പോൾ അതിനു പറ്റില്ല.

എന്തായാലും നേരിയ വരയിട്ട് വരച്ചുനോക്കാം, ചായം തേക്കൽ പിന്നീട്. അപ്പോഴേക്കും ഒന്നോ രണ്ടോ പത്രം സംഘടിപ്പിക്കണം. വരച്ചു തുടങ്ങിയപ്പോഴാണ് അവന് തോന്നിയത്, വിചാരിച്ച അത്രയും എളുപ്പമല്ല. പ്രയാസമെല്ലാം കടലാസ് വലുതായിട്ടാണെന്ന് തോന്നി.

പക്ഷേ തൂങ്ങിക്കിടക്കുന്ന ചിത്രത്തിന് എത്ര വലിപ്പമാണ്. അത് വരച്ചതാവില്ല ഫോട്ടോ എടുത്തതാവും

കടലാസ് നിവർത്തിവെച്ച് വരച്ചുതുടങ്ങി. ഓട്ടോറിക്ഷയും മുന്നിലെ സ്ത്രീയെയും വരച്ചു. വരച്ചത് തെറ്റി എന്ന് തോന്നിയേടത്ത് മായ്ക്കേണ്ടതില്ലാത്ത വിധം നേരിയ മുടിനാര് വണ്ണത്തിലായതുകൊണ്ട് രൂപം പിന്നെയും മാറ്റാം.

എല്ലാം വരച്ചുകഴിഞ്ഞപ്പോൾ അവനുതന്നെ കാണണമെങ്കിൽ സൂക്ഷിച്ചുനോക്കണമെന്നായിരിക്കുന്നു. ചിത്രത്തിനു പിന്നിൽ കുറേ നിറങ്ങൾ വാരിപ്പൂശിയിട്ടിട്ടുണ്ട്. അതൊന്നും വരയ്ക്കേണ്ടതില്ല. നിറം കൊടുക്കാനെ ആവൂ.

വരച്ചു തീർന്നുകഴിഞ്ഞപ്പോൾ നിറംകൊടുത്താൽ ചിത്രം തെളിഞ്ഞുവരുമല്ലോ എന്ന ആശ്വാസത്തിൽ കടലാസുകൾ മടക്കിവെച്ചു.

വൈകുന്നേരം മാഷ് സ്കൂൾ വിട്ട് വന്നാൽ പറയണം. താഴെ വെക്കാൻ ഒരു പത്രം വേണം. മായ്ച് വരക്കുന്നതിന് ഒരു റബ്ബറും.

റബ്ബർ പീടികയിൽ നിന്ന് വാങ്ങിക്കാൻ അമ്മയോട് പൈസ ചോദിക്കണം. വൈകുന്നേരം അമ്മ വന്നു. അല്പം കഴിഞ്ഞപ്പോൾ മാഷും.

അവൻ മാഷ് വരുന്നതുംകാത്ത് ഇരിക്കുകയായിരുന്നു. മടക്കിവെച്ച കടലാസ് നിവർത്തിപ്പിടിച്ച് അവൻ മാഷിന്റെ അടുത്തേക്കോടി. ചിത്രം കണ്ടപ്പോൾ മാഷിന് ആദ്യം ഒന്നും മനസ്സിലായില്ല. പിന്നെ അവൻ കടലാസ് കട്ടിലിൽ നിവർത്തിവെച്ച് നേർത്ത വരകളിലൂടെ വിരലോടിച്ച് പറഞ്ഞു.

"റോഡിൽ ഓട്ടോറിക്ഷ നിർത്തി സ്ത്രീ ഇറങ്ങി നിൽക്കുന്ന ചിത്രം മാഷ് തന്ന കടലാസ്സിൽ വരച്ചുനോക്കിയതാണ്."

കടലാസ് നിവർത്തി ലൈറ്റിന് നേരെ പിടിച്ച് മാഷ് പറഞ്ഞു:

"ഓ... നന്നായിട്ടുണ്ടല്ലോ. എന്തേ കളറ് കൊടുക്കാഞ്ഞത്?"

“നിലത്തുവെച്ച് കളർ തേക്കാൻ പറ്റുന്നില്ല മാഷേ. ഒരു പഴയ പേപ്പർ തന്നാൽ...”

“അതിനെന്താ ഇഷ്ടംപോലെ പേപ്പറുണ്ടല്ലോ.”

പിന്നെ പഴയ ചോക്കുപെട്ടിയിൽ നിന്ന് കളറിന്റെ ഉപേക്ഷിച്ച കഷ്ണങ്ങൾ എടുത്ത് മാഷ് പറഞ്ഞു:

“ചായം തേച്ച് നോക്ക്.”

അവൻ വരാന്തയിലേക്കിറങ്ങി ദൂരെ ചിത്രം തൂങ്ങുന്ന മരത്തിനു നേരെ നോക്കുമ്പോൾ മാഷ് പറഞ്ഞു:

“ഓ... അത് നോക്കി വരച്ചതാണല്ലേ. അതിൽ കാണുന്ന കളർ തന്നെ കൊടുക്കണമെന്നില്ല. നിനക്കിഷ്ടപ്പെട്ട കളറുകൾ കൊടുത്ത് നോക്ക്. ഓട്ടോറിക്ഷയ്ക്കുമാത്രം അതിൽ കാണുന്ന കളറിൽ മതി. ബാക്കിയൊക്കെ എന്തുമാവാം. സാരിയും ബ്ലൗസുമൊക്കെ എന്തുകളറിലും ആവാമല്ലോ.”

കളർ തേക്കാൻ മാഷ് കൂടി അവന്റെ ഒപ്പംകൂടി.

സാരിയിലും ബ്ലൗസിലും മുഖത്തും തേച്ച് പിടിപ്പിക്കുമ്പോൾ മാഷ് പറഞ്ഞു: ‘മുഴുവനായും തേച്ചാൽ ഭംഗിയുണ്ടാവില്ല. ആ ചിത്രത്തിൽ നോക്ക്.”

കളർ പെൻസിൽ വാങ്ങി മാഷ് കളർചെയ്തു കാണിച്ചു. എല്ലാം തീർത്ത് കഴിഞ്ഞപ്പോൾ മാഷ് പറഞ്ഞു:

“നന്നായിട്ടുണ്ട്, സ്കൂളിൽ പോയിരുന്ന അന്നൊക്കെ അപ്പുണ്ണി ചിത്രം വരയ്ക്കുമായിരുന്നോ?”

അവൻ പക്ഷേ ഉണ്ടെന്നോ ഇല്ലെന്നോ പറഞ്ഞില്ല. “നമുക്ക് ഒരു കാര്യംചെയ്യാം. ഈ വർഷം മുഴുവൻ ഇവിടെ നിക്ക്യാണങ്കി അടുത്തവർഷം ഇവിടെ സ്കൂളിൽ ചേരാം. നാലാം ക്ലാസ്സിൽ മാഷെ സ്കൂളിൽ ചേർത്തിതരാം. എന്താ?”

സ്കൂളിൽ പോവുന്നതിനെക്കുറിച്ച് പറഞ്ഞപ്പോൾ അവൻ ശാരദടീച്ചറെ ഓർത്തു. കുമാരൻമാഷെ ഓർത്തു.

വീട്ടിൽനിന്ന് പോന്ന കാര്യങ്ങളൊക്കെ അമ്മ പറഞ്ഞ് മാഷ് അറിഞ്ഞിരിക്കുന്നു. എല്ലാം മനസ്സിലാക്കി പിന്നെ അമ്മയോട് മാഷ് പറഞ്ഞു:

“ഞനൊരു ദിവസം ഒഴിവുപോലെ ഒന്നവിടംവരെപോയി

വിവരമന്വേഷിച്ചുനോക്കാം. കാണാൻ പറ്റിയാൽ നേരിട്ട് പറഞ്ഞു നോക്കുകയുംചെയ്യാം. എന്താ നിങ്ങളുടെ അഭിപ്രായം?"

അമ്മ മറുത്തൊന്നും പറയുകയുണ്ടായില്ല. അവൻ വരച്ചു കൊണ്ടുവരുന്ന ചിത്രങ്ങളൊക്കെ മാഷെ കാണിച്ചു. പല ചിത്ര ങ്ങളിലേയും ഭാവം മാഷെ അത്ഭുതപ്പെടുത്തുന്നതായിരുന്നു.

കുറേ മാസികകൾ മാഷ് അവന് കൊടുത്തു. എല്ലാറ്റിലും നിറയെ ചിത്രങ്ങൾ.

വരയ്ക്കാൻ കടലാസും കുറ്റിയായ ചായപെൻസിലിനു പകരം ഒരു കൂട് കളർപെൻസിലും മാഷ് വാങ്ങിച്ചുകൊടുത്തു.

ഒരു ദിവസം മാഷ് പറഞ്ഞു:

"അമ്മ പണിക്കുപോയപിന്നെ ഇവിടെ നീ മാത്രമല്ലേയുള്ളൂ. അപ്പുണ്ണി ഒരു കാര്യം ചെയ്തോ. ഞാൻ മുറി തുറന്നിട്ടു തരാം. ഇവിടെ ഇരുന്ന് നിനക്ക് വരയ്ക്കുകയും പുസ്തകങ്ങൾ നോക്കി ചിത്രങ്ങൾ കാണുകയും ചെയ്യാം. എങ്ങോട്ടെങ്കിലും പോവുക യാണെങ്കിൽ പൂട്ട് അമർത്തി വെച്ചാൽ മതി."

താക്കോൽ വെയ്ക്കാൻ ഒരു സ്ഥലം കാണിച്ചുകൊടുത്തു. പുറത്തെ ചൂടി പടത്തിനു താഴെ.

അവന് നേരം പോവാൻ ഇപ്പോൾ പ്രയാസമേ ഇല്ല.

വരാന്തയിൽ നിന്ന് താഴെക്കുനോക്കി നിന്നാൽ റോഡിലൂടെ വാഹനങ്ങൾ പോകുന്നതുകാണാം. കാറുകളും ബസ്സും ജീപ്പു മുണ്ട്.

നോക്കിയും വരച്ചുമിരിക്കേ വിശപ്പുതുടങ്ങും. അമ്മ രാവിലെ പോവുമ്പോൾ ഉണ്ടാക്കി വെച്ച ചോറ് പാത്രത്തിൽ അടച്ച് വെച്ചി രിക്കും. രാവിലെ ചായ കുടിക്കുന്നതിനിടയിൽ തന്നെ അമ്മ ചോറിനുള്ള അരിയും അടുപ്പത്തിടും. ഇപ്പോൾ ചോറ് ഇലയിൽ പൊതിഞ്ഞ് ഒരു പൊതിയാക്കി സഞ്ചിയിൽ വെച്ചാണ് അമ്മ കൊണ്ടുപോവുക.

ചോറിനു കൂട്ടാൻ ചമ്മന്തി ഉണ്ടാക്കും. അവനു പുറമേ രാത്രി യിലെ കറി ബാക്കിയുള്ളതും കൂട്ടി കഴിക്കാം. പൊതിയിൽ കറി കൊണ്ടുപോവാൻ പറ്റാത്തതുകൊണ്ടാ അമ്മ ചമ്മന്തി മാത്രം കൊണ്ടുപോവുന്നത്.

ഹാജിയാർ ഇടക്ക് റോഡ് വഴി പള്ളിയിലേക്ക് പോവുമ്പോൾ കുട നിലത്തമർത്തി അമ്മയോട് വിവരങ്ങൾ ചോദിച്ചറിയും.

കളത്തിൽ നിന്ന് കിട്ടുന്ന കൂലികൊണ്ട് ഭക്ഷണത്തിന്റെ കാര്യങ്ങളൊക്കെ നേരാവണ്ണം നടക്കുന്നില്ലെയെന്നാവും ചോദ്യം. ഇടയ്ക്ക് പ്രത്യേകമായ വല്ല പണിയുമുള്ള ദിവസം അമ്മയെ വിളിക്കും. അന്ന് അമ്മ കളത്തിൽ പോവില്ല. ഹാജിയുടെ വീട്ടിലേക്കാണെന്നറിഞ്ഞാൽ അവനേം കൂടെ കൂട്ടും. അവിടുത്തെ ചോറിനും കറിക്കും നാവിൽനിന്ന് ഒരിക്കലും ഒഴിഞ്ഞുപോകാത്ത രുചിയാണ്.

അങ്ങനെ ഓർത്തിരിക്കെ അവന് വല്ലാതെ വിശക്കാൻ തുടങ്ങി.

പത്ത്

കുട്ടികൾ വരിവരിയായി നിൽക്കുന്നത് കണ്ടപ്പോൾ അപ്പുണ്ണി അവിടെ ആരോ പിടിച്ചുനിർത്തിയതുപോലെ നിന്നു.

ചുറ്റുമുള്ള കൽമതിലുകൾ കാഴ്ച മറച്ചിരുന്നതുകൊണ്ട് വലിയ ഗേറ്റിന്റെ മുമ്പിലെത്തിയപ്പോൾ മാത്രമേ അത് സ്കൂളാണെന്ന കാര്യം അവന് മനസ്സിലായുള്ളൂ.

ചാരിവെച്ച ഗേറ്റിന്റെ അഴികളിലൂടെ അവൻ കാഴ്ച കണ്ടു. കുട്ടികൾ നിരന്നുനിൽക്കുന്നു. പതാക ഉയർത്തുന്നതിനുവേണ്ടി നാട്ടിനിർത്തിയ കാലിനുചുവട്ടിൽ നിന്ന് ഒരു ടീച്ചർ എന്തൊക്കെയോ പറയുന്നുണ്ട്.

മറ്റാരുടേയും ശബ്ദം ചുറ്റുവട്ടങ്ങളിലൊന്നും ഇല്ലാതിരുന്നിട്ടും പറയുന്നതെന്താണെന്ന് അവന് മനസ്സിലായില്ല. അവന്റെ സ്കൂളിൽ സ്വാതന്ത്ര്യദിനത്തിനും റിപ്പബ്ലിക് ദിനത്തിനും മാത്രമേ മുറ്റത്ത് കുട്ടികൾ അണിനിരക്കാറുള്ളൂ.

അന്ന് കൊടികയറ്റും. ഇന്ന് കൊടിയൊന്നും ഉയർത്തിയിട്ടില്ലാത്തതുകൊണ്ട് ആഘോഷങ്ങളൊന്നും ആവില്ലെന്ന് അവന് തോന്നി.

ഇടയ്ക്ക് വൈകി വന്ന ഏതാനും കുട്ടികൾ ചാരിവെച്ച ഗേറ്റ് തുറന്ന് അകത്ത് കടന്നു. അവർ വരിയിൽ നിൽക്കുന്നതിനു

പകരം മറ്റൊരിടത്ത് മാറിനിൽക്കുകയായിരുന്നു. നേരം വൈകി യതുകൊണ്ടാവണം വരിയിൽ ചേർന്ന് നിൽക്കാത്തത്.

ഗേറ്റിനു മുകളിൽ വളച്ചുവെച്ച നീണ്ട പലകയിൽ എഴുതിയ സ്കൂളിന്റെ പേര് അവൻ വായിച്ചു. എ.എം.യു.പി. സ്കൂൾ വെങ്ങാനൂർ.

ഹെഡ്മിസ്ട്രസ്സിന്റെ പ്രസംഗം കഴിഞ്ഞപ്പോൾ മുതിർന്ന പെൺകുട്ടികൾ മുന്നിലേക്ക് വന്ന് പത്രം നിവർത്തി ഉറക്കെ വായി ക്കുന്നതുകേട്ടു.

എല്ലാവരും ഒരേ നിറത്തിലുള്ള വസ്ത്രം ധരിച്ചതിനാൽ കാണാൻ നല്ല ഭംഗി! ആസ്വദിച്ചു നിൽക്കേ അവനു തോന്നി താൻ പഠിച്ചിരുന്ന സ്കൂളിൽ ഇങ്ങനെയായിരുന്നെങ്കിൽ...

ചിലപ്പോൾ ഈ വർഷം തന്റെ സ്കൂളിലും യൂണിഫോം ആക്കിയിട്ടുണ്ടാവുമോ എന്ന് ആർക്കറിയാം.

കുട്ടികൾ രണ്ട് തവണ താളത്തിൽ ഇളകി. ഉടനെ ഒരു പറ്റം കുട്ടികൾ സദസ്സിന് അഭിമുഖമായി നിന്ന് ദേശീയഗാനം ആല പിച്ചു.

അതു കഴിഞ്ഞതും കുട്ടികൾ പിരിഞ്ഞുപോവാൻ തുടങ്ങി. പലഭാഗങ്ങളിലേക്കായി വരികൾ ഇളകിനീങ്ങി.

നോക്കിനിൽക്കേ മൈതാനവും കൊടിക്കാലും മാത്രം ബാക്കി യായി. അപ്പുണ്ണിയുടെ മനസ്സിൽ സ്വന്തം സ്കൂളിനെക്കുറിച്ചുള്ള വിചാരം നിറഞ്ഞു.

അധ്യാപകരുടെ മുഖങ്ങൾ തെളിഞ്ഞു. ചട്ട അടർന്നു പോയ പാഠപുസ്തകം മനസ്സിൽ മറിഞ്ഞു. ചിത്രങ്ങൾ! കള്ളികൾ, വൃത്ത ങ്ങൾ... എല്ലാം തെളിഞ്ഞു.

അവൻ ഗേറ്റ് മെല്ലെ തള്ളിത്തുറന്ന് വരാന്തയിലേക്ക് കയറി. പിന്നെ വരാന്തയിലൂടെ പതുക്കെ നടന്നു.

പട്ടികയുമായി മാഷമ്മാരും ടീച്ചർമാരുമെല്ലാം ഒരേ മുറിയിൽ നിന്നിറങ്ങി പല ക്ലാസ്സുകളിലേക്കായി കടന്നുപോവുന്നതും നോക്കി അപ്പുണ്ണി വരാന്തയുടെ ഒരറ്റത്ത് ചുമര് ചാരി നിന്നു.

ഏതാനും കുട്ടികൾ മാത്രം ഒരു ക്ലാസ്സിന്റെ മുമ്പിൽ വരാന്ത യിൽ ഇറങ്ങിനിന്ന് കലപില കൂടുന്നു. അവരുടെ ക്ലാസ്സിൽ മാഷ് ഇല്ലായിരിക്കും.

അവൻ ചുറ്റിലും നോക്കി. വിശാലമായ മുറ്റം. ഒരുപാട് കുട്ടികൾ - അധ്യാപകരും. അപ്പുണ്ണിയുടെ സ്കൂളിൽ പക്ഷേ ആകെ അഞ്ച് അധ്യാപകരേ ഉണ്ടായിരുന്നുള്ളൂ - കുറച്ചു കുട്ടികളും.

പെട്ടെന്ന് ഒരു ബെല്ല് മുഴങ്ങി. ശബ്ദം വരാന്തയിൽ വീണ് ചിതറിയതുപോലെയാണ് അവന് തോന്നിയത്. അതോടെ വരാന്തയിൽ നിന്നവർകൂടി ക്ലാസ്സിലേക്ക് ഓടിക്കയറുകയും ചെയ്തു.

ഇപ്പോൾ വരാന്തയിൽ അപ്പുണ്ണി മാത്രമായിരുന്നു. പെട്ടെന്നാണ് ഓഫീസ്റൂമിന്റെ വാതിലുകൾ ചാരിവെച്ച് ഒരു നീണ്ട വടിയുമായി നേരത്തെ കുട്ടികളോട് പ്രസംഗിച്ച ടീച്ചർ ഇറങ്ങി വന്നത്.

അവരുടെ നോട്ടം തന്റെ നേരെയാണോ എന്നോർത്തപ്പോൾ അപ്പുണ്ണി നടുങ്ങി. മെല്ലെ ഇറങ്ങി പുറത്തേക്ക് ഓടണമെന്നാണ് തോന്നിയത്.

പക്ഷേ അപ്പോഴേക്കും ടീച്ചർ അടുത്തെത്തിക്കഴിഞ്ഞിരുന്നു.

"എന്താ വരാന്തയിൽ നിൽക്കുന്നത്? കുട്ടി ഏത് ക്ലാസ്സിലാ? എന്താ യൂണീഫോമിടാതെ?"

എല്ലാ ചോദ്യങ്ങളും ടീച്ചർ ഒന്നിച്ചാണ് ചോദിച്ചത്. അതുകൊണ്ടുതന്നെ എന്തുപറയണമെന്ന് ഓർത്തിരിക്കെ ടീച്ചർ ഒരിക്കൽകൂടി ചോദിച്ചു.

"ഏതാ ക്ലാസ്?"

"നാലാം ക്ലാസ്."

"എ യിലോ ബി യിലോ?"

അതിന് അവന് മറുപടിഉണ്ടായിരുന്നില്ല. അവന് നാലാം ക്ലാസ് ഒന്നു മാത്രമായിരുന്നു. അവന്റെ ഉത്തരത്തിനു വേണ്ടിയുള്ള പരുങ്ങൽ കണ്ടപ്പോൾ ടിച്ചർ ചോദിച്ചു:

"ഏത് ക്ലാസ്സിലാണെന്ന് അറീലെ?"

ടീച്ചർ അവന്റെ കൈത്തണ്ടയിൽ പിടിച്ചു. അവന് കരച്ചിൽ വന്നു.

അപ്പോഴാണ് ഉറ്റി വീണപോലെ നാസർ മാഷ് വരാന്തയിലെത്തിയത്. മാഷ് ഈ സ്കൂളിലാണെന്നറിഞ്ഞപ്പോൾ അവന് സമാധാനമായി.

"നീയെന്താ അപ്പുണ്ണീ ഇവിടെ?"

'മാഷ്ക്ക് അറ്യോ ഇവനെ? ഏതാ ഈ കുട്ടി?"

"അവൻ ഇവിടെ പഠിക്കുന്നതല്ല. ടീച്ചർ വരൂ. ഞൻ പറയാം."

ടീച്ചറും മാഷും അല്പം നടന്ന് ചുമര് ചാരിനിന്ന് വർത്ത മാനം പറയാൻ തുടങ്ങി. തന്നെക്കുറിച്ചാവും.

എന്തായിരിക്കും മാഷ് അവരോട് പറയുന്നത്. അല്പ സമയ ത്തിനുശേഷം മാഷ് അവന്റെ അരികെ എത്തി ചോദിച്ചു.

"അപ്പുണ്ണി എന്നെ അന്വേഷിച്ച് വന്നതായിരുന്നോ?"

"നാസ്സർമാഷ് ഈ സ്കൂളിലാണെന്ന് എനിക്കറിയൂലായി രുന്നു."

"സാരമില്ല. ഇപ്പോ സ്കൂൾ കണ്ടല്ലോ. അപ്പുണ്ണിക്ക് ഇവിടെ പഠിക്കണോ?"

അവൻ വെറുതെ ചിരിക്കുക മാത്രം ചെയ്തു.

"വൈകുന്നേരം ഞാൻ വന്നിട്ട് അമ്മയോട് പറയാം. അപ്പുണ്ണി പൊയ്ക്കോളൂ."

ടീച്ചർ ചോദിച്ചു.

"നല്ല ചിത്രം വരക്കാരനാണല്ലേ? ഇവിടെ ചേർന്ന് പഠിച്ചോളൂ. മാഷ് പറയുംട്ടോ." അവൻ ഗേറ്റ് കടന്നു.

ചിത്രംവരയെ പറ്റിയാവും തന്നെ മാറ്റിനിർത്തി മാഷ് ടീച്ച റോട് പറഞ്ഞിട്ടുണ്ടാവുക. സ്കൂളിൽ ചേരാമെന്നു കേട്ടപ്പോൾ വലിയ സന്തോഷം തോന്നി. എത്ര കാലായി സ്കൂളിൽ പോയിട്ട്.

ഇവിടെയാവുമ്പോൾ സ്കൂളിൽ വരാൻ ഏറെ നടക്കേണ്ടതില്ല. ഓർത്തപ്പോൾ മറ്റൊരു സങ്കടം അവനെ പൊതിഞ്ഞു. കുട്ടികളി ടുന്ന പോലെയുള്ള ട്രൗസറും കുപ്പായവും ഇല്ല.

ഇപ്പോഴുള്ള കുപ്പായമിട്ടുപോയാൽ സ്കൂളിൽ ചേർത്തുമോ? അമ്മയ്ക്ക് ഇഷ്ടികക്കളത്തിൽനിന്ന് കിട്ടുന്ന പൈസ അരിയും സാധനങ്ങളും വാങ്ങിക്കാനല്ലേ ഉണ്ടാവൂ.

എന്നാലും മിച്ചം വരുന്ന ചില്ലറയും നോട്ടുകളും അമ്മ അലൂ മിനിയത്തിന്റെ തൂക്കുപാത്രത്തിൽ അടച്ചുവെച്ചിട്ടുണ്ട്. ഓരോ പ്രാവശ്യവും വിട്ടിലേക്ക് വേണ്ട എന്തെങ്കിലുമൊക്കെ അമ്മ

വാങ്ങിക്കൊണ്ടുവരും. അങ്ങനെയാണ് പുതിയ ഗ്ലാസ്സും പ്ലേറ്റു മെല്ലാം കിട്ടിയത്.

ഓരോ പ്രാവശ്യവും കൂലി കിട്ടുന്ന ദിവസം വീട്ടുസാധന ങ്ങൾ വാങ്ങി കോലായിൽ കയറുമ്പോൾ തന്നെ അമ്മ പറയും.

"ഇനി ഒരു ചൂടിപ്പടം വാങ്ങിക്കണം. പുറത്ത് നിന്ന് കയറി വരുമ്പോൾ ഒന്ന് കാല്തൊടക്കാൻ. അല്ലെങ്കിൽ ഒരു പ്ലാസ്റ്റിക് ബക്കറ്റ് വാങ്ങിക്കണം. വെള്ളം പിടിച്ചുവെക്കാൻ അങ്ങനെ ഓരോന്ന്."

ഇപ്പഴേ അമ്മയോട് പറഞ്ഞുവെക്കണം. ഒരു കുപ്പായവും ട്രൗ സറും വാങ്ങിക്കാൻ. അതിന്റെ നിറം പക്ഷേ പറഞ്ഞുകൊടു ക്കാൻ വിധം ഓർത്തുവെക്കാൻ അവനായില്ല. അവന്റെ മനസ്സിൽ നിന്ന് ഷർട്ടിന്റെ നിറം നഷ്ടപ്പെട്ടുപോയിരുന്നു. ട്രൗസറിന്റെയും.

എന്നാലും സ്കൂൾ വിട്ട് കുറച്ച് കുട്ടികൾ രാവിലെയും വൈകു ന്നേരവും റോഡിലൂടെ പോവുന്നത് അവൻ കാണാറുണ്ട്. ഓർ ത്തെടുക്കാനും ചൂണ്ടിക്കാണിച്ചുകൊടുക്കാനും അതുമതി.

അവൻ സ്കൂൾ ഗേറ്റ് കടന്ന് റോഡിലേക്കിറങ്ങി. നേരെ എതിർ ഭാഗത്ത് രണ്ടുമൂന്നു സ്ത്രീകളും ചെറിയ കുട്ടികളും കൂടി നിൽ ക്കുന്നുണ്ട്. അവിടെയാകും ജീപ്പ് നിർത്തുക.

ഈ റോഡില് ജീപ്പ് മാത്രമേ ഓടൂ. ബസ്സുകൾ അവൻ താമസി ക്കുന്നതിന് തൊട്ട് കിഴക്കേ തലയിലെ വളവ് തിരിഞ്ഞ് കിഴ ക്കോട്ടാണ് പോവുക.

അവിടെ കെട്ടിയിറക്കിയ ബസ്റ്റോപ്പുണ്ട്. അവിടെ മഞ്ഞ ബോർഡിൽ എഴുതി തൂക്കിയിട്ടുണ്ട്.

വെങ്ങാനൂർ സൗത്ത് ബസ്സ്റ്റോപ്പ്.

അവിടെയാണ് സാധനങ്ങൾ വാങ്ങിക്കാൻ പോവുക. മീനും അരിയും മറ്റു സാധനങ്ങളുമെല്ലാം കുറച്ചുകൂടി മുന്നോട്ട് നടന്നു നോക്കിയാലോ എന്നുണ്ടായിരുന്നു അവന്. പിന്നെ തോന്നി വേണ്ട. അവൻ തിരിച്ച് വീട്ടിലേക്ക് നടന്നു.

വൈകുന്നേരം അങ്ങാടിയിൽനിന്ന് മീൻവാങ്ങി വരുമ്പോൾ മാഷുണ്ട് പലകയിട്ട് അമ്മയോടൊപ്പം തിണ്ടിൽ ഇരിക്കുന്നു. ചെന്നുകയറിയതും മാഷ് പറഞ്ഞു.

"അപ്പുണ്ണീ, നിയ്യ് പഠിച്ച സ്കൂളിൽ നിന്ന് ടി.സി. വാങ്ങിക്കണം. എന്നാൽ ഇക്കൊല്ലം തന്നെ നാലാംക്ലാസ്സിൽ ചേർന്ന് പഠിക്കാം."

"സ്കൂളിൽ ചേരാൻ ഇഷ്ടമല്ലേ അനക്ക്?"

അവൻ അമ്മയുടെ മുഖത്തേക്ക് നോക്കി

"അതിന് അവിടംവരെ പോവണ്ടേ മാഷേ? അപ്പോ അവര് ഓരോന്ന് ചോദിച്ചാ എന്താ പറയാന്ന് ആലോചിക്കുമ്പളാ..."

"അതിനെന്താ, താമസം മാറീന്ന് എഴുതിക്കൊടുത്താ ചോദിക്കുന്ന സ്കൂളിലേക്ക് ടി.സി. തരും. പിന്നെന്താ?"

എന്നിട്ടും അമ്മ ആവാമെന്ന മറുപടി പറയാത്തതിനാലാവണം മാഷ് പറഞ്ഞു.

"വേണങ്കി ഞാനും വരാം. എന്തായാലും അവന്റെ പഠിപ്പ് മുടക്കണ്ട. ഒരു ദിവസം പണി ഒഴിവാക്കാൻ പറ്റുന്ന ദിവസം അപ്പുണ്ണ്യോട് പറഞ്ഞാമതി. ഞാൻ ലീവെടുക്കാം. ഇവിട്യാണെങ്കി നാലാം ക്ലാസ്സില് കൃത്യാ കുട്ട്യോള്. ഒന്നോ രണ്ടോ വരാതായാ വല്ല്യ പ്രശ്നാ; അതോണ്ട് തന്നെ ടീച്ചർക്കും ചേർത്തണ കാര്യത്തില്... ഇനിയിപ്പം അച്ഛൻ വരൂന്ന് എനിക്ക് തോന്നണ്ല്ല്യ. ഏത്യേങ്കിലും സമയത്ത് വര്യാച്ചാ എല്ലാവർക്കും കൂടി നല്ല നെലയ്ക്ക് കഴിയും ചെയ്യാ."

അതും പറഞ്ഞ് മാഷ് എഴുന്നേറ്റു.

ഒരാഴ്ച മുമ്പാണ് മാഷ് വീട് അന്വേഷിച്ചുപോയി വിവരമെല്ലാം അിറഞ്ഞു വന്നത്. വാടക വീട്ടിൽ മറ്റാരോ ആണ് താമസിക്കുന്നതെന്നും അച്ഛൻ ചട്ടിയും പാത്രങ്ങളുമെല്ലാം അടുത്ത വീട്ടുകാർക്ക് കൊടുത്ത് പോയി എന്നും പറഞ്ഞു.

എങ്ങോട്ടാണ് പോയതെന്ന് അർക്കും അറിയില്ലത്രേ. അമ്മയുടെ നാട്ടിൽ നിന്ന് അന്വേഷിച്ചു വന്ന ഒരാളാണെന്ന മട്ടിലാണ് മാഷ് ചെന്നത്.

അയൽപക്കത്തുള്ളവർ, അമ്മ മോനേയും കൂട്ടി എങ്ങോട്ടോ പോയി എന്നും എവിടെക്കാണെന്ന് അവർക്കാർക്കും അറിയില്ലെന്നും പറഞ്ഞത്രേ.

അച്ഛനെ പിന്നെ അങ്ങാടിയിൽപോലും ആരും കണ്ടിട്ടില്ലെന്നു പറഞ്ഞു.

മാഷ് വിവരങ്ങൾ അമ്മയോട് വിവരിക്കുമ്പോൾ അവൻ കേട്ട് അമ്മയോടൊപ്പം നിന്നു. അമ്മയ്ക്ക് കരച്ചിൽ വരുമെന്നാണവൻ കരുതീത്. പക്ഷേ ഒന്നുമുണ്ടായില്ല. അതൊക്കെ അത്രയേ ഉണ്ടാവൂ.

"വിഷമിച്ചിട്ട് കാര്യമില്ല. അപ്പുണ്ണിയുടെ കാര്യത്തെക്കുറിച്ച് അമ്മ ബേജാറാവണ്ട. അവനെ നമുക്ക് സ്കൂളിൽ ചേർത്ത് പഠിപ്പിക്കാം."

മാഷ് പോയിക്കഴിഞ്ഞാണ് അമ്മ അവനെ ചേർത്തുപിടിച്ച് തേങ്ങിപ്പോയത്. അവനും കരച്ചിൽ വന്നു.

പതിനൊന്ന്

അന്ന് ഞായറാഴ്ചയായിരുന്നു.

എന്നിട്ടും പതിവിൽ കൂടുതൽ നേരത്തെ പലരും സ്കൂളിലെത്തിയിരിക്കുന്നു.

ഓരോ ക്ലാസ്സിൽ നിന്നും അഞ്ചുപേരെ വീതം തിരഞ്ഞെടുത്ത ലിസ്റ്റ് തലേന്ന് തന്നെ അസംബ്ലിയിൽ വായിച്ചു. അവരെല്ലാം ഞായറാഴ്ച പത്ത്മണിക്ക് സ്കൂളിലെത്തണം.

ഉച്ചഭക്ഷണം ആരും കൊണ്ടുവരേണ്ടതില്ല. നാലാം ക്ലാസ്സിൽ നിന്ന് അപ്പുണ്ണിയുടെ പേരും ലിസ്റ്റിലുണ്ടായിരുന്നു.

"നാലാം ക്ലാസ്സിൽ കുറേക്കാലം പോവാത്തതുകൊണ്ട് അഞ്ചിലേക്ക് ജയിക്ക്വോ മോനേ?"

അമ്മ അങ്ങനെ പലപ്പോഴും ചോദിക്കും. എന്നാൽ നാലാം ക്ലാസ്സിൽനിന്ന് ഒന്നാമനായാണ് അപ്പുണ്ണി ജയിച്ചത്. ഇപ്പോൾ അഞ്ചാംക്ലാസ്സിലെ കൊല്ലപ്പരീക്ഷയും തുടങ്ങാറായിരിക്കുന്നു.

ജയിക്കുമെന്ന കാര്യത്തിൽ അവന് സംശയമേ ഇല്ല. ഏറ്റവും നന്നായി മാർക്ക് വാങ്ങുന്ന കൂട്ടത്തിൽ സുമതിയും ഖദീജയും സുരേഷുമാണുള്ളത്. പിന്നെ അപ്പുണ്ണിയും.

ഓരോ മാർക്ക് കൂടിയും കുറഞ്ഞുമാണ് ഓണപ്പരീക്ഷയ്ക്കും അരക്കൊല്ലപരീക്ഷയ്ക്കും അവർക്ക് ലഭിച്ചത്. മൊത്തം മാർക്ക് കൂട്ടിയപ്പോൾ എന്നിട്ടും അപ്പുണ്ണിയായിരുന്നു ഒന്നാമൻ.

നാളെയും മറ്റന്നാളും സ്കൂൾ വാർഷികമാണ്. എഴുപത്തി അഞ്ചാം വാർഷികം. വലിയ ആഘോഷങ്ങളോടെ നടക്കുന്ന രണ്ട് ദിവസത്തെ പരിപാടിക്ക് ആവശ്യമായ കാര്യങ്ങൾ ഒരുക്കുന്നതിനാണ് കുട്ടികളെക്കൂടി വിളിച്ചത്.

എല്ലാവരും എത്തുന്നതുവരെ കാത്തിരിക്കുന്നതിനിടയിൽ അപ്പുണ്ണിയും കൂട്ടുകാരും ചവിട്ടുപടിയിലൂടെ പുതുതായി കെട്ടിയ സ്റ്റേജിന്റെ മുകളിലേക്ക് കയറിനോക്കി.

സ്റ്റേജിൽനിന്ന് മൈതാനത്തേക്ക് നോക്കുമ്പോൾ എന്നും കാണുന്നതിനേക്കാൾ വിശാലമായി മുറ്റം. ഇത്രയും നീളവും വീതിയുമുണ്ടായിരുന്നു സ്കൂൾ മുറ്റത്തിനെന്ന് ഇതുവരെ തോന്നിയിരുന്നില്ല. അവൻ സുരേഷിനോട് സംശയം ചോദിച്ചു.

“എടാ, അത് മുക്കിലും മൂലയിലുമുണ്ടായിരുന്ന സാധനങ്ങളൊക്കെ മാറ്റി അടിച്ചു വൃത്തിയാക്കിയതുകൊണ്ട് തോന്നുന്നതാ. മുറ്റത്ത് മുഴുവൻ ആള് നിറഞ്ഞാ ഇവിടെന്ന് നോക്കിയാ പേടിച്ചു വിറയ്ക്കും.”

“ഒന്നു നോക്കേണ്ടു. പേടി തോന്ന്ണ്ടോന്നറ്യാലോ.”

അവന് ചിത്രരചനാമത്സരത്തിൽ ഒന്നാംസ്ഥാനമുണ്ട്. സമാപന ദിവസം സ്റ്റേജിൽവെച്ചാണ് സമ്മാനം നൽകുക.

ബെല്ലടിച്ചു. കുട്ടികൾ കൂട്ടത്തോടെ ആർത്ത് ചിരിക്കാൻ തുടങ്ങി. പഠിപ്പില്ലാണ്ട് പിന്നെന്തിനാ ബെല്ലടിക്ക്ണത്?

“എല്ലാവരും അഞ്ചാംക്ലാസ്സ് എയിൽ പോയിരിക്കണം.” വരാന്തയിൽ നിന്ന് നാസ്സർമാഷ് ഉറക്കെ വിളിച്ചുപറഞ്ഞു.

അവിടവിടെ ചിതറി നടന്നിരുന്ന എല്ലാവരും കൂട്ടത്തോടെ ക്ലാസ്സിലേക്ക് നടന്നു. തിക്കും തിരക്കും. പുതിയ ക്ലാസ്സിലേക്ക് കയറ്റം കിട്ടിയതുപോലെ. നല്ല സീറ്റ് തിരഞ്ഞെടുക്കാൻ പലരും ഓട്ടം തുടങ്ങി.

“അടുത്തടുത്ത് ഇരുന്നോളൂ. എല്ലാവരേയും ഈ ക്ലാസ്സിൽ കൊള്ളിക്കണം.” ക്ലാസ്സിലേക്ക് കടന്നു വന്നുകൊണ്ട് നാസ്സർ മാഷ് പറഞ്ഞു.

മാഷിനാണ് കലാപരിപാടികളുടെ ചുമതല. ശശിമാഷും രാധാമണിടീച്ചറും കൂടി എത്തിയതോടെ കടലാസ് നിവർത്തി മാഷ് പറഞ്ഞു.

"നിങ്ങളെയൊക്കെ ഓരോ സ്കോഡായി തിരിച്ചിട്ടുണ്ട്. ഓരോന്നിനും ഓരോ കൺവീനർ. ശുചീകരണം, അച്ചടക്കം, കലാപരിപാടികൾ, ഭക്ഷണം അങ്ങനെ..." ഓരോന്നിലും ഉൾപ്പെട്ട കുട്ടികളുടെ പേരുകളും മാഷ് വായിച്ചു. ഓരോരുത്തർക്കുമുള്ള ജോലികൾ പറഞ്ഞു.

അപ്പുണ്ണി കലാപരിപാടികളുടെ സ്കോഡിലായിരുന്നു. ഓരോരുത്തരോടും കൺവീനർമാരൊടൊപ്പം ഓരോ ക്ലാസ്സ് മുറിയിൽ പോയി ഇരിക്കാൻ പറഞ്ഞു.

തങ്ങളുടെ കൂട്ടത്തിലുള്ളവർ ആരൊക്കെയാണെന്ന പങ്കപ്പാടിൽ കുട്ടികൾ, കത്തിച്ചുവിട്ട ചക്രംപോലെ ചിതറി മറിഞ്ഞു.

ഓരോ സ്കോഡിനും ചുമതലയുള്ള അധ്യാപകർ വന്ന് കാര്യങ്ങൾ വിശദീകരിച്ചു. അപ്പോഴേക്കും വരാന്തയിൽ ചായയെത്തി-പലഹാരവും.

ഓരോരുത്തർക്കു മുമ്പിലും ഭക്ഷണക്കമ്മറ്റിയിലെ കുട്ടികൾ തന്നെ ചായ ഒഴിച്ചുവെച്ചു.

"കണ്ടില്ലേ, ഭക്ഷണക്കമ്മറ്റിക്കാർ ഇപ്പഴേ ജോലി ആരംഭിച്ചു." ചായയ്ക്കു മുമ്പിൽ നാണത്തോടെ കുട്ടികൾ ഇരുന്നു. ആരെങ്കിലുമൊന്നു കുടിക്കട്ടെ എന്നായിരുന്നു എല്ലാവർക്കും. തങ്ങൾ ചെയ്യേണ്ട ജോലികൾ വിശദീകരിക്കുമ്പോൾ മാഷ് പറഞ്ഞു.

ചായ കുടിച്ചുകഴിഞ്ഞാൽ നാലഞ്ചുപേർ സമ്മാനങ്ങൾ വർണ്ണക്കടലാസുകൾകൊണ്ട് പൊതിഞ്ഞ് ഭംഗിയായി ഒരു ഭാഗത്ത് ഒതുക്കിവെക്കണം.

വാർഷികത്തോടനുബന്ധിച്ച് നേരത്തെ നടന്ന മത്സരത്തിലെ വിജയികൾക്കുള്ളതാണ് സമ്മാനങ്ങൾ. അപ്പുണ്ണിക്കായിരുന്നു ചിത്രരചനയിൽ ഒന്നാംസ്ഥാനം.

തനിക്ക് എന്താണ് സമ്മാനമെന്ന് നേരത്തെ കാണാമല്ലോ എന്നവൻ സന്തോഷത്തോടെ ഓർത്തു.

ചിത്രംവര നടക്കുമ്പോൾതന്നെ മാഷ് പറഞ്ഞിരുന്നു. "ഇരുപത്തിരണ്ട് പേരുണ്ട്. നമുക്ക് എല്ലാവരുടെയും ചിത്രങ്ങൾ വാർഷികത്തിന്റെ അന്ന് പ്രദർശിപ്പിക്കണം. ഒരു ആർട്ട് ഗാലറി ആയിക്കോട്ടെ."

പക്ഷേ ചിത്രംവര കഴിഞ്ഞപ്പോൾ ആ തീരുമാനം മാറ്റുകയായിരുന്നു. "അപ്പുണ്ണിയുടെ ഒഴികെ ഒരു ചിത്രവും പ്രദർശനത്തിൽ വെക്കാൻ മാത്രം നിലവാരമുള്ളതല്ല." നാസ്സർമാഷാണ് അത് പറഞ്ഞത്.

"വേണ്ട. നമുക്ക് ഒരു കാര്യം ചെയ്യാം. അപ്പുണ്ണി വരച്ച ഒരു പാട് ചിത്രങ്ങളുണ്ട്. അവന്റെ ചിത്രങ്ങളുടെ ഒരു പ്രദർശനം വെച്ചാലോ."

എല്ലാവർക്കും സമ്മതമായിരുന്നു. പിന്നെ മാഷാണ് വരച്ച ചിത്രങ്ങളിൽനിന്ന് നല്ലതുമാത്രം തിരഞ്ഞെടുക്കുകയും പുതുതായി കുറേ ചിത്രങ്ങൾ വരപ്പിക്കുകയും ചെയ്തത്.

ഇപ്പോൾ വലിയ കടലാസ്സിൽ പെയിന്റ് ചെയ്ത ഇരുപതോളം ചിത്രങ്ങൾ നോക്കി അധ്യാപകർ പറഞ്ഞു: "മതി ഇവ നല്ല ശീലയിൽ പിൻചെയ്ത് രണ്ട് തട്ടികകൾ ചേർത്തിട്ട് ഒരു വശത്ത് വെയ്ക്കണം. വരുന്നവർക്കൊക്കെ ഇടവേളയിൽ വന്നു കാണാമല്ലോ."

വൈകുന്നേരം മൂന്നുമണിക്കാണ് വാർഷികത്തിന്റെ ഉദ്ഘാടനം നടന്നത്. മൈതാനം മുഴുവൻ ആളുകൾ നിറഞ്ഞു.

സ്ത്രീകളായിരുന്നു കൂടുതലും. റോഡിന്റെ രണ്ട് വശങ്ങളിലും മിഠായിക്കച്ചവടക്കാർ. കുട്ടികളുടെ പോക്കറ്റിൽ ചില്ലറകൾ കിലുങ്ങി. വെച്ചുകെട്ടിയ പെട്ടിപ്പീടികൾക്കു ചുറ്റിലും അവർ ബഹളം വെച്ചു.

ബലൂണിന്റെയും കടലാസുപട്ടങ്ങളുടെയും ഉയരത്തിലുള്ള കോമ്പലകൾ ഗേറ്റിനോളം ഉയരത്തിൽ ആടിക്കളിച്ചു. സ്ത്രീകളും കുട്ടികളും പിന്നെയും വന്നുകൊണ്ടിരുന്നു.

അപ്പുണ്ണി സമ്മാനം വാങ്ങുന്നതു കാണാൻ അമ്മ മുൻവരിയിലെ കസേരയിൽത്തന്നെ ഇരിപ്പുണ്ടായിരുന്നു.

ഉദ്ഘാടനം അഞ്ചുമണിയോടെ അവസാനിച്ചു. പിന്നീടാണ് സാംസ്കാരിക സമ്മേളനം.

ഏതോ പത്രമാപ്പീസിലെ പ്രശസ്തനായ ചിത്രകാരനാണത്രേ പ്രസംഗിക്കുന്നത്. നോട്ടീസിലെ പേര് അപ്പുണ്ണി ഓർത്തെടുത്തു. ജോൺസൺസാർ.

അയാൾ പരിപാടി തുടങ്ങുന്നതിനു മുമ്പുതന്നെ ചിത്രപ്രദർശനം കണ്ടു. മാഷുംകൂടെ നടന്ന് കാണിച്ചു കൊടുക്കുന്നുണ്ടായിരുന്നു. തോളിൽ തൂക്കിയ വലിയ സഞ്ചിയിൽനിന്ന് അയാൾ കുഴലു പോലെ നീണ്ട ക്യാമറയെടുത്ത് ചിത്രങ്ങളുടെ ഫോട്ടോ എടുക്കുന്നതുകണ്ടു.

അപ്പുണ്ണി ദൂരെ മാറിനിന്നു. അയാൾ ചാഞ്ഞും ചെരിഞ്ഞും നിന്ന് ഫോട്ടോ എടുത്തു. അയാൾക്ക് പിന്നിലേക്ക് കെട്ടിയിട്ട മുടിയുണ്ടായിരുന്നു.

സാംസ്കാരിക സമ്മേളനത്തിൽ പ്രസംഗിച്ച ശേഷം സമ്മാനങ്ങൾ വിതരണം ചെയ്യുവാൻ ആരംഭിച്ചു. നേർത്ത വർണ്ണക്കടലാസ്സിൽ പൊതിഞ്ഞ സമ്മാനങ്ങൾ സ്റ്റേജിന്റെ ഒരു വശത്ത് മേശമേൽ കൂട്ടിവെച്ചിട്ടുണ്ട്. അപ്പുണ്ണിക്ക് രണ്ട് വലിയ സ്റ്റീൽ പ്ലേറ്റുകൾ പെതിഞ്ഞുവെച്ചത് നേരത്തെതന്നെ അവൻ അറിഞ്ഞുവെച്ചിട്ടുണ്ട്.

ഒരുപാടുപേരുടെ സമ്മാന വിതരണം കഴിഞ്ഞാണ് അപ്പുണ്ണിയുടെ പേര് വിളിച്ചത്. അവൻ മുൻനിരയിൽനിന്ന് എഴുന്നേറ്റ് ഒറ്റക്കുതിപ്പിന് സ്റ്റേജിലെത്തി.

അവൻ സ്റ്റേജിൽകയറിയതും മാഷ് വിളിച്ചുപറഞ്ഞു. "കഴിഞ്ഞവർഷം നാലാംക്ലാസ്സിൽ വന്നുചേർന്ന അപ്പുണ്ണി വരച്ച ചിത്രങ്ങളാണ് മൈതാനത്തിന്റെ പടിഞ്ഞാറ് ഭാഗത്ത് പ്രദർശനത്തിന് വെച്ചിട്ടുള്ളത്."

പറഞ്ഞവസാനിപ്പിച്ചതും മൈതാനത്ത് കരഘോഷം മുഴങ്ങി.

സമ്മാനം വാങ്ങി തിരിച്ചുപോവുന്നതിനുമുമ്പായി അയാൾ അവനെ ചേർത്ത് നിർത്തി പ്രത്യേകമായി അഭിനന്ദിച്ചുകൊണ്ട് ശബ്ദം താഴ്ത്തി അവന്റെ ചെവിയിലെന്നോണം പറഞ്ഞു.

"ഞാൻ പോവുന്നതിനു മുമ്പായി മോൻ ഓഫീസ്റൂമിൽ വരണം. ഞാനവിടെയുണ്ടാവും." ഇറങ്ങിയതും കരഘോഷം ഒരാരവംപോലെ മുഴങ്ങി.

സമ്മേളനം അവസാനിച്ചു. കുട്ടികളുടെ കലാപരിപാടികൾക്കുവേണ്ടി കർട്ടൻ താഴ്ന്നു. പിറകുവശത്തുകൂടി സ്റ്റേജിലുണ്ടായിരുന്നവരെല്ലാം പുറത്തിറങ്ങി. അപ്പുണ്ണി വരാന്തയിലൂടെ ഓഫീസ് റൂമിലോളംചെന്ന് മുഖം കാണിച്ചു.

പന്ത്രണ്ട്

“പീടികത്തിണ്ണയിൽ നിന്നൊരു ചിത്രകാരൻ”

സ്കൂൾ അസംബ്ലിയിൽ പത്രത്തിലെ തലക്കെട്ട് വായിച്ചു കൊണ്ടാണ് അന്ന് പത്രവാർത്ത വായന തുടങ്ങിയത്. എല്ലാ വരും വാർത്ത കേൾക്കാൻ കാതോർത്തു.

അതിനുമുമ്പായിത്തന്നെ വാർത്ത കുട്ടികൾക്കിടയിൽ പരന്നു കഴിഞ്ഞിരിന്നു. ഗേറ്റ് കടക്കുമ്പോൾതന്നെ കൂട്ടത്തോടെ കുട്ടികൾ അപ്പുണ്ണിയെ പൊതിഞ്ഞു.

“എടാ, ഇന്ന് അന്റെ ഫോട്ടംണ്ട് പത്രത്തില്. ഇയ്യ് കണ്ടോ?”

അവൻ ആകെ വേവലാതിപ്പെട്ടു. അവൻ പത്രം കാണാറില്ല. പിന്നെങ്ങനെയാണ് വാർത്തയും ഫോട്ടോവുമൊക്കെ കാണുക. അവനു ചുറ്റും കുട്ടികൾ ചേർന്നതുകണ്ടതും ഹെഡ്മിസ്ട്രസ് അവനെ ഓഫീസ്റൂമിലേക്ക് വിളിച്ച് പത്രം നിവർത്തിക്കാണിച്ചു.

അപ്പുണ്ണിയുടെ വാർത്തയുടെ അടിയിൽ ഒരു വാചകം മാത്രമേ സ്കൂൾ വാർഷികത്തിന്റെ റിപ്പോർട്ടായി വന്നിട്ടുള്ളൂ. വാർഷികം ആകെ അപ്പുണ്ണി മയമായിപ്പോയി.

“നോക്ക്...”

പത്രവാർത്തയുടെ ഭാഗം കാണത്തക്കവിധം മടക്കി ടീച്ചർ അവനു നൽകി. വിറയലോടെയാണ് അവൻ നിവർത്തിനോക്കി യത്. അവസാനം ‘വെങ്ങാനൂർ എ.യു.പി സ്കൂളിന്റെ എഴുപത്തി അഞ്ചാം വാർഷികത്തോടനുബന്ധിച്ച് ഒരുക്കിയ ചിത്രപ്രദർശനത്തി ലാണ് ജീവൻ തുടിക്കുന്ന ഈ ചിത്രങ്ങൾ പ്രദർശനത്തിന് വെച്ചി രുന്നത്.’ അങ്ങനെയാണ് വാർത്ത അവസാനിപ്പിച്ചിരിക്കുന്നത്.

കള്ള് കുടിച്ച് ആടിയായി വരുന്ന ഒരാളെ വരച്ചുവെച്ച ചിത്രവും അരികത്തായി വാർഷികത്തിൽ സമ്മാനം വാങ്ങുന്ന പടവുമുണ്ട്.

വാർഷിക ദിവസം, തന്നെ ഓഫീസ് മുറീല് വിളിച്ചിരുത്തി അയാൾ അവനോട് ചോദിച്ചിരുന്ന ചോദ്യങ്ങളും പറഞ്ഞ മറു പടിയുമെല്ലാം അവൻ ഒരു നിമിഷം ഓർത്തു.

“നിന്റെ ചിത്രങ്ങളൊക്കെ ഞാൻ ക്യാമറയിൽ പകർത്തിയി ട്ടുണ്ട്.” അയാൾ ക്യാമറയിൽനിന്ന് ചിത്രങ്ങൾ ഓരോന്നായി മാറ്റി മാറ്റി അവനെ കാണിച്ചു.

എല്ലാം ഒരു തീപ്പെട്ടി പിക്ച്ചറിനോളം വലുപ്പത്തിൽ വലിയ കടലാസ്സിൽ വരച്ചവയെല്ലാം ഇത്രയും ചെറുതായി വന്നപ്പോൾ കൂടുതൽ ഭംഗിയുള്ളതായി അവനു തോന്നി.

ഒരു ചിത്രം മാറ്റാതെ ഫ്രെയിമിലിട്ട് അയാൾ ചോദിച്ചു:

“ഇങ്ങനെ കള്ള് കുടിച്ച് ആടിയാടി വരുന്ന ചിത്രം വരയ്ക്കാൻ എന്താ കാരണം?”

അവൻ ഒന്നും മിണ്ടിയില്ല.

പിന്നെ മാഷോടായി അയാൾ പറഞ്ഞു.

“നോക്കൂ... ആ കണ്ണുകളിലെ ഭാവം... എനിക്കിഷ്ടപ്പെട്ടു. ശരിക്കും ലഹരി കണ്ണുകളിൽ പടരുന്നില്ലേ?”

മാഷ് കുനിഞ്ഞിരുന്നു ശ്രദ്ധിക്കുകയായിരുന്നു.

“എന്താ അച്ഛന് ജോലി?”

ചോദ്യത്തിനു മുമ്പിൽ അവൻ ഒന്നും മിണ്ടാതെ പരുങ്ങിയപ്പോൾ മാഷ് പറഞ്ഞു.

“നീ പൊയ്ക്കോ.”

പിന്നെ മാഷ് അവന്റെ സ്കൂൾ പ്രവേശനം വരെയുള്ള കാര്യങ്ങൾ വിശദീകരിച്ചു കൊടുത്തു. എല്ലാം കേട്ടുകഴിഞ്ഞപ്പോൾ ചിത്രകാരൻ പറഞ്ഞു.

“അയ്യോ... അങ്ങനെയാണോ? എന്നാൽ നിങ്ങൾ ആ കുട്ടിക്ക് അത്യാവശ്യം വേണ്ട സൗകര്യങ്ങൾ ഒരുക്കിക്കൊടുക്കാൻ എന്തെങ്കിലും മാർഗ്ഗമുണ്ടാക്കൂ. ഞങ്ങൾ നടത്തുന്ന ‘ചിത്രകൂടം’ വിദ്യാലയത്തിൽ സൗജന്യമായി പഠിപ്പിക്കാൻ ഞാൻ ഏർപ്പാടു ചെയ്യാം. ആ കുട്ടിക്ക് നല്ല ഭാവിയുണ്ട്. അപൂർവ്വമായേ നമുക്ക് ഇത്തരത്തിൽ ഏതെങ്കിലും കുട്ടികളെ കണ്ടെത്താൻ കഴിയാറുള്ളൂ. ചിത്രങ്ങളൊക്കെ വെറുമൊരു പകർത്തിയെഴുത്തായല്ല തോന്നിയത്. നല്ല ഭാവം. സംസാരിക്കുന്ന ചിത്രങ്ങൾ. ഒരു പരിശീലനവുമില്ലാതെയല്ലെ അവനിതൊക്കെ വരച്ചത്? അത് ഒരു സിദ്ധിയാണെന്ന് വേണം കരുതാൻ.”

ചിത്രം വരയ്ക്കാൻ പ്രേരിപ്പിച്ച നാസ്സർമാഷിന്റെ പേരും പ്രത്യേകം വാർത്തയിലുണ്ടായിരുന്നു.

‘വെച്ച് വരയ്ക്കാൻ ഒരു മേശപോലും സ്വന്തമായി ഇല്ലാതെയാണ് അപ്പുണ്ണി ഇത്രയും മനോഹരമായ ചിത്രങ്ങൾ വരച്ചു

തീർത്തത്' എന്ന് വായിച്ചപ്പോൾ അവന്റെ കണ്ണ് നിറഞ്ഞിരുന്നു.

സ്കൂൾ വിട്ടുപോകുമ്പോൾ പത്രം അമ്മയ്ക്കുകൂടി കാണിച്ചുകൊടുക്കാൻ എന്താണൊരു വഴി? അവൻ ആലോചിച്ചിരിക്കേ അതു മനസ്സിലാക്കിയിട്ടെന്നപോലെ ടീച്ചർ പറഞ്ഞു.

"ഈ പത്രം ഭദ്രമായി ബേഗിൽവെച്ചോ. അമ്മയ്ക്കു കാണിച്ചുകൊടുക്കാം. കളയരുത്. സൂക്ഷിച്ചുവെക്കണം. അമ്മ വന്നിരുന്നില്ലേ പരിപാടിക്ക്?"

അവൻ തലയാട്ടുക മാത്രം ചെയ്തു.

അപ്പോഴേക്കും അധ്യാപകർ ഓരോരുത്തരായി ഓഫീസ് റൂമിലേക്ക് വന്നുകൊണ്ടിരുന്നു.

എല്ലാവരും അതിനകം തന്നെ വാർത്ത വായിച്ചു വരുന്നവരായിരുന്നു. അവന്റെ പുറത്ത് തട്ടി അഭിനന്ദിച്ചാണ് അധ്യാപകരെല്ലാം അകത്തേക്ക് കയറിയത്.

അന്ന് വൈകുന്നേരം പീടികയിൽ നിന്ന് സാധനങ്ങൾ വാങ്ങി വരുന്നതിനിടയിലാണ് ചായപ്പീടികയിൽനിന്ന് ആരോ കൈമുട്ടി അപ്പുണ്ണീ... എന്ന് വിളിക്കുന്നത് അവൻ കേട്ടത്.

നോക്കുമ്പോൾ ഹാജിയാരാണ്. കൈയിൽ പകുതി കുടിച്ച ചായ ഗ്ലാസ്സുണ്ട്.

"ഇവിടെ വാ മിടുക്കാ. അന്റെ ഫോട്ടോമോക്കെ പത്രത്തില് കണ്ട്." പിന്നെ അവിടവിടെ ചായകുടിച്ചുകൊണ്ടിരിക്കുന്നവരോടായി ഹാജി പറഞ്ഞു.

"കണ്ടോ ങ്ങള്.. ഇന്നത്തെ പത്രം. ഇവന്റെ ഫോട്ടം വാർത്തിം കൂടി ഞമ്മളെ സ്കൂള്തന്നെ അങ്ങട്ട് പൊന്തിപോയില്ലേ... ആ സഞ്ചി അവിടെ വെച്ച് ഇവിടെ ഇരിക്ക്."

"കുഞ്ഞുണ്ണീ... ഒരു ചായുംകൂടി പാര്..."

"എന്താ, അനക്ക് കടിവേണ്ടി?"

പിന്നെ ഹാജിതന്നെ പ്ലേറ്റെടുത്ത് അലമാരയിൽനിന്ന് രണ്ടുമൂന്നുതരം പലഹാരസാധനങ്ങൾ പാത്രത്തിൽ നിരത്തി അവന്റെ മുമ്പിൽ വെച്ചു.

"കഴിച്ചോ."

അവൻ ആളുകൾക്കിടയിൽ വല്ലാതായി. കൂടിനിന്നവർ പരസ്പരം എന്തൊക്കെയോ പറയുന്നുണ്ട്. പത്രത്തിൽ വാർത്ത ശ്രദ്ധിക്കാതെ പോയവർ തന്നേ... എന്ന് അത്ഭുതപ്പെട്ടു.

ചായകുടിച്ചു കഴിഞ്ഞപ്പോൾ പാത്രത്തിൽ പിന്നേയും മൂന്നു പലഹാരങ്ങൾ ബാക്കിയുണ്ടായിരുന്നു. ഹാജി അത് പൊതിഞ്ഞ് അവന്റെ കൈയിൽ കൊടുത്തിട്ടു പറഞ്ഞു. "പൊയ്ക്കൊ.. നല്ലോണം പഠിച്ച് മിടുക്കനാവണം ട്ടോ..."

ഒരു വൈകുന്നേരം സ്കൂൾ വിടുന്നതിനു മുമ്പ് ഹെഡ് മിസ്ട്രസ് വിളിച്ച് അവനോടു പറഞ്ഞു.

"അപ്പുണ്ണീ, നാളെ മൂന്നുമണിയാവുമ്പോൾ അമ്മയോട് സ്കൂളിൽ എത്താൻ പറയണം. മറക്കരുത് ട്ടോ."

ഇല്ലെന്ന് അവൻ തലയാട്ടി. പക്ഷേ എന്തിനാണെന്ന് അവർ പറഞ്ഞില്ല. അവൻ ചോദിക്കുകയും ചെയ്തില്ല.

സ്കൂൾ വിട്ട് ചെന്നതിന് ശേഷമാണ് അമ്മ കളത്തിൽനിന്നെത്താറ്. അപ്പോൾ മൂന്നുമണിയാവുമ്പോൾ സ്കൂളിൽ എത്തണമെങ്കിൽ ഉച്ചയ്ക്ക് ശേഷം അമ്മയ്ക്ക് കളത്തിൽ പണിക്കു പോവാനാവില്ല.

അക്കാര്യം ഹെഡ്മിസ്ട്രസ്സിനോട് പറഞ്ഞുനോക്കാൻ അവൻ മറക്കുകയും ചെയ്തു.

കേട്ടപ്പോൾ അമ്മ ചോദിച്ചു.

"എന്തിനാണെന്ന് പറഞ്ഞില്ലേ? സ്കൂളിൽ വല്ല കുരുത്തക്കേടും കാണിച്ചുവെച്ചോ ആവ്വോ?"

"ഈ അമ്മയ്ക്കെന്താ... ചിത്രകൂടത്തിൽ പഠിക്കാൻ പോവുന്നതിനെപ്പറ്റി പറയാനാവും. മാഷോട് ചോദിച്ചുനോക്കിയാലോ..."

പി.ടി.എ. യോഗമാണ്. ടീച്ചർ അമ്മയോട് പറഞ്ഞു. "അപ്പുണ്ണിയും നിങ്ങളും ആ ബെഞ്ചിൽ ഇരുന്നോളൂ. പ്രസിഡണ്ട് വന്നിട്ട് വേണം യോഗം തുടങ്ങാൻ."

ക്ലാസ്സിൽ എട്ടുപത്തുപേർ അവിടവിടെയായി ഇരിക്കുന്നുണ്ടായിരുന്നു. അക്കൂട്ടത്തിൽ അപ്പുണ്ണി പരതി നോക്കി. മാഷമ്മാർക്കു പുറമേ പരിചയമില്ലാതെ അഞ്ചാറുപേർ വേറെയുമുണ്ട്. നോക്കിയിരിക്കെ ആളുകൾ വന്നുകൊണ്ടിരുന്നു.

സ്കൂൾ നേരത്തെ വിട്ടിട്ടും ഏതാനും പേർ ഗ്രൗണ്ടിൽ കളിച്ചുകൊണ്ടിരിക്കുന്നുണ്ട്. യോഗ നടപടികൾ ആരംഭിക്കാൻ പോവുന്നതിനെക്കുറിച്ച് ഹെഡ്മിസ്ട്രസ് പറയാൻ തുടങ്ങി.

അപ്പോഴെല്ലാം താനും അമ്മയും പിന്നിലെ ബെഞ്ചിലെ ഒരറ്റത്ത്. ഇവർക്കിടയിൽ ഇരിക്കുന്നത് എന്തിനാണെന്ന ചിന്തയായിരുന്നു അപ്പുണ്ണിക്ക്.

അവന്റെ സംശയത്തിനുള്ള മറുപടി എന്നോണം തന്നെ അവർ പറയാൻ തുടങ്ങി.

"ഈ വിദ്യാലയത്തിൽ പഠിക്കുന്ന അപ്പുണ്ണിയും അവന്റെ അമ്മയും കൂടി ഈ യോഗത്തിൽ നമ്മോടൊപ്പമുണ്ട്. കഴിഞ്ഞ യോഗതീരുമാനപ്രകാരം അവന്റെ ചിത്രം വരയ്ക്കാനുള്ള പ്രാവീണ്യം കണക്കിലെടുത്ത് അവന് പി.ടി.എ. കമ്മറ്റി നൽകുന്ന മേശയും കസേരയും ഈ യോഗത്തിൽ വെച്ച് അവന് നൽകുന്നതിന്റെ ഭാഗമായി താക്കോൽ ദാനവും കൂടി ഈ യോഗത്തിൽ വെച്ച് പ്രസിഡണ്ട് നിർവഹിക്കുന്നതാണ്."

കേട്ടതും അമ്മയുടെ തുടയിൽ അവൻ ഇറുകെ ഒന്നു നുള്ളി.

പക്ഷേ അമ്മ അപ്പോൾ വലംകൈകൊണ്ട് വായ്പൊത്തി വിതുമ്പുകയായിരുന്നു.

എന്തിനാണ് അമ്മ കരയുന്നത്?

പതിമ്മൂന്ന്

ഒരു ഞായറാഴ്ച.

ചിത്രകൂടത്തിൽ നിന്ന് എല്ലാവരെയും മാഷ് മുറ്റത്തേക്ക് വിളിച്ചു നിർത്തി. ക്ലാസ്സ് ആരംഭിക്കുന്നേയുള്ളൂ.

ഇന്ന് നമ്മൾ ഇവിടെ ഇരുന്നല്ല വരയ്ക്കേണ്ടത്. എല്ലാവരും കൂടെ വരൂ. നമുക്ക് പുഴവക്കത്തേക്ക് പോവാം. ഒരു പുഴ നടത്തം. എല്ലാവരും വരയ്ക്കാൻ കൊണ്ടുവന്ന സാമഗ്രികൾ ഡസ്കിൽ ഒതുക്കിവെച്ച് പുറത്തിറങ്ങി.

അഞ്ച് മിനുട്ട് നടന്നാൽ പുഴവക്കത്തെത്താം.

"ഞാൻ എന്നും കാണുന്നതാ പുഴ."

മനോജ് പറഞ്ഞു. അവന്റെ വീട് പുഴവക്കത്താണ്. വർഷക്കാലത്ത് ആളുകൾ പുഴവക്കത്ത് ഒലിച്ചുവരുന്ന മരങ്ങൾ തടയിട്ട് പിടിക്കുന്നതും വേനൽക്കാലത്ത് ഒറ്റലുമായി മീൻ പിടിക്കാൻ ആളുകൾ കൂട്ടം ചേരുന്നതിന്റെയെല്ലാം കഥകൾ പലപ്പോഴായി അവൻ പറഞ്ഞിട്ടുണ്ട്.

കേട്ടതും മാഷ് പറഞ്ഞു.

"എന്നും കാണുന്നതല്ലാത്ത വേറൊരു പുഴക്കാഴ്ച ഞാൻ കാണിച്ചുതരാം."

അവർ മാഷിന്റെ പിന്നിൽ നടന്നു.

പുഴയോരത്തെത്തി കടത്തുതോണി അക്കരെ ആളുകളെയും കാത്ത് കിടപ്പുണ്ടായിരുന്നു. വെയിലേറ്റ് മണൽത്തരികൾ കുപ്പിച്ചില്ലുകൾപോലെ തിളങ്ങി.

കഴുക്കോൽ വെള്ളത്തിലൂന്നി തോണിക്കാരൻ ഓടിക്കിതച്ചു വരുന്ന ആരെയോ കാത്ത് നിൽക്കുകയാണ്. ഇക്കരെ ഒരുപറ്റം കുട്ടികളെ കണ്ടതും അവരെല്ലാം അക്കരെക്കടക്കാനാവുമെന്ന് കരുതി തോണിക്കാരൻ ധൃതിപ്പെട്ടേക്കും എന്ന് മനസ്സിലാക്കിയാവണം മാഷ് നീട്ടി ഒരു കൂവൽ. പിന്നെ അക്കരെ കടക്കേണ്ടവരല്ലെന്ന് മാഷ് തോണിക്കാരനെ കൈകൊണ്ട് ആംഗ്യം കാണിച്ച് ബോദ്ധ്യപ്പെടുത്തി.

മാഷ് അക്കരെ ചൂണ്ടി പറഞ്ഞു.

"നോക്കൂ, ഇതൊരു ചിത്രമാണ്. പുഴയും തോണിയും പിന്നിൽ പടർന്നുനിൽക്കുന്ന പച്ചപ്പും. അതിനിടയിൽ വളർന്നു നിൽക്കുന്ന വലിയ മരങ്ങൾ. അക്കരെ തുണി അലക്കുന്ന സ്ത്രീകൾ. എത്ര വിശാലമായ ഒരു കാൻവാസിലാണ് നാം ഈ കാഴ്ച കാണുന്നത്.

എല്ലാവരും ആദ്യമായി കാണുന്നതുപോലെ പുഴയെ നോക്കിക്കണ്ടു. ഒരുപക്ഷേ ഇനിയും വല്ല ചോദ്യങ്ങളും ചോദിക്കുമോ എന്ന തോന്നലായിരുന്നു അവർക്ക്.

ഇത് നിങ്ങൾ നിങ്ങൾക്ക് തരുന്ന കടലാസ്സിലേക്ക് പകർത്തണം. എത്ര ചെറിയ കടലാസ്സിലേക്കാണ് പകർത്തേണ്ടതെന്ന് നോക്കു. മാഷ് ഒരു ചാർട്ട് പേപ്പറിനെ നാലായി മടക്കിക്കാണിച്ചു. "ഇതിനുള്ളിലേക്ക് ഇത്രയും കാഴ്ച്ച ഒതുക്കി മനസ്സിൽ കാണുക,

അങ്ങനെ കാണാൻ കഴിയുന്നേടത്താണ് ചിത്രകാരന്റെ സാമർത്ഥ്യം പ്രകടമാവേണ്ടത്. ഇപ്പോൾ കണ്ടകാഴ്ച പിന്നീട് ഓർത്തെടുത്ത് പകർത്തണം. അടുത്ത ആഴ്ച്ച എല്ലാവരും അവരുടെ ചിത്രങ്ങൾ ക്ലാസ്സിൽ പ്രദർശിപ്പിക്കണം."

മടങ്ങിവരുമ്പോൾ മാഷ് ഓരോരോ കാഴ്ചകൾ രണ്ടോ മൂന്നോ വശങ്ങളിൽനിന്ന് നോക്കിക്കൊള്ളാൻ പറഞ്ഞു.

– മരത്തിൽ പറ്റിനിന്ന് തൊലികൾ കാർന്നിടുന്ന അണ്ണാൻ

– ചുള്ളിക്കമ്പ്കൊണ്ട് കൂടുനിർമ്മിക്കാൻ ശ്രമിക്കുന്ന കാക്ക

–തെങ്ങ് വലിച്ചുകെട്ടിയ കമ്പിയിൽ ചത്തുതൂങ്ങിക്കിടക്കുന്ന വവ്വാൽ

– വഴിയിൽ കാൽപെരുമാറ്റം കേട്ടതും പേടിച്ച് മാളത്തിലേക്ക് ഓടുന്ന ഞണ്ട്.

എല്ലാം ഓരോ ചിത്രങ്ങളാണെന്ന് മാഷ് പറഞ്ഞു. നിമിഷ ങ്ങൾക്കൊണ്ട് മറഞ്ഞുപോവുന്ന ചിത്രങ്ങൾ. അവയെ ഒരിക്കലും മറഞ്ഞുപോവാത്തവയായി പുനഃസൃഷ്ടിക്കുകയാണ് ചിത്രകാരൻ.

"മനസ്സിലാവുന്നുണ്ടോ?" മാഷ് ഓർമ്മപ്പെടുത്തിക്കൊണ്ടിരുന്നു. കാണുന്നതെല്ലാം മനോഹരമായ ചിത്രങ്ങൾ.

അപ്പുണ്ണിയുടെ തിരിച്ചുനടത്തം അനേകം ചിത്രങ്ങൾ മനസ്സിൽ അടുക്കിയായിരുന്നു.

ഇപ്പോൾ അപ്പുണ്ണിയുടെ ചുമരുകൾ ചിത്രങ്ങൾകൊണ്ട് നിറഞ്ഞിട്ടുണ്ട്. സ്കൂൾ വിട്ട് പോവുന്ന കുട്ടികളും കൂട്ടുകാരും ചുമരിൽ നോക്കി ആശ്ചര്യപ്പെട്ടു.

ചിത്രകൂടത്തിൽനിന്ന് പുഴവക്കത്തേക്കുള്ള യാത്ര അവൻ കടലാസ്സിലേക്ക് പകർത്തി.

മനസ്സിൽ പതിഞ്ഞ ചിത്രം അതേപോലെ വരയ്ക്കാനല്ല അപ്പുണ്ണിക്കു തോന്നിയത്.

അവന്റെ പുഴക്കാഴ്ചയിൽ പുഴയെ മുറിച്ചുകടക്കുന്ന കടത്തുവഞ്ചിയില്ല. പുഴയിലൂടെ സാധനങ്ങൾ കയറ്റി തോണിക്കൊമ്പത്ത് നിന്ന് ആകാശം നോക്കി കഴുക്കോൽ വെള്ളത്തിലൂന്നുന്ന തോണിക്കാരനെയാണ് അവൻ വരച്ചുവെച്ചത്.

തുണി അലക്കുന്ന സ്ത്രീകൾക്കു പകരം അവിടെ ഉയർന്നു

നിൽക്കുന്ന ഏതാനും പാറക്കൂട്ടങ്ങൾ. ദൂരെ പറന്നുപോവുന്ന രണ്ട് മൂന്ന് പക്ഷികൾ.

ചിത്രം പിറ്റേ ആഴ്ച അവൻ ക്ലാസ്സിൽ കൊണ്ടുപോയി. എല്ലാവരുടെയും ചിത്രങ്ങൾ മാഷ് സ്ക്രീനിൽ പിൻചെയ്തു വെച്ചു.

'ഞങ്ങളുടെ പുഴയോരക്കാഴ്ചകൾ' എന്ന ബോർഡിനു താഴെ ചിത്രങ്ങൾ തൂങ്ങിക്കിടക്കുന്ന കാഴ്ച നോക്കി മാഷ് പറഞ്ഞു.

'ഒരു പുഴ, കഥ പറയുന്ന അനേകം പുഴകൾ.' എല്ലാവർക്കും വലിയ സന്തോഷം തോന്നി.

ഒരു ദിവസം വൈകുന്നേരം ഹാജിയാർ വന്നു. പീടിക മുറി തുറന്നു. കൂട്ടിയിട്ട വളച്ചാക്കുകളിൽ നിന്ന് ഓരോ സ്ഥലത്തേക്കും ആവശ്യമുള്ള വളച്ചാക്കുകളുടെ എണ്ണം തിട്ടപ്പെടുത്തികൊണ്ടു പോവാൻ പണിക്കാരെ ഏൽപിച്ച് മുറ്റത്ത് വന്ന് ഹാജിയാർ വിളിച്ചു.

"അപ്പുണ്ണ്യേ..."

വിളി കേട്ടത് അമ്മയായിരുന്നു.

അവർ ഭവ്യതയോടെ ഹാജിക്കുമുമ്പിൽ നിന്നു.

'മോൻ അങ്ങാടീല് പോയതായിരുന്നു. ദാ, പ്പം വന്ന് ഒരു ഗ്ലാസ്സ് ചായ കുടിച്ചോണ്ടിരിക്ക്യാ. എന്താണാവോ?"

അപ്പോഴേക്കും അപ്പുണ്ണി കൈ ട്രൗസറിന്റെ തുമ്പിൽ തുടച്ച് അമ്മയോട് ചേർന്ന് കട്ടിലപ്പടി ചാരിനിന്നു.

"നാളെ വൈകുന്നേരം ഓൻ സ്കൂൾ വിട്ട് വന്നിട്ട് രണ്ടാളും കൂടി ഒന്ന് വീട് വരെ വര്ാ."

"ഓ..."

എന്തിനാണെന്ന് അമ്മ അന്വേഷിച്ചില്ല. ഹാജി പറഞ്ഞുമില്ല. "മറക്കണ്ടട്ടോ..." എന്ന് ഒരിക്കൽകൂടി ഓർമ്മപ്പെടുത്തുക മാത്രം ചെയ്തു.

അമ്മയ്ക്കറിയാമായിരുന്നു, വീട്ടിൽ വല്ല വിശേഷങ്ങളുമുള്ളപ്പോഴാണ് ഹാജി വിളിക്കുക. വൈകുന്നേരമായതുകൊണ്ട് രാത്രി ഭക്ഷണത്തിന് പുറത്ത് നിന്ന് ആരെങ്കിലും വരുന്നുണ്ടാവണം. അടുത്ത ദിവസം മോളും കുട്ടികളും വിദേശത്തുനിന്ന് വന്നിട്ടുണ്ട്. അവരുടെ കുടുംബത്തിൽനിന്ന് ആരെങ്കിലും വരുന്നുണ്ടാവണം. അടുക്കളയിൽ സഹായിക്കാനാണ് വിളിക്കുക. അവസാനം

ഭക്ഷണവിളമ്പൽ കഴിഞ്ഞ് ഉച്ചയ്ക്കാണെങ്കിൽ രണ്ടുപേരും ഭക്ഷണം കഴിച്ചാണ് മടങ്ങുക

ചിലപ്പോൾ പുറപ്പെടാൻ നേരം പറയും

"രാത്രിക്ക് ഇനി ചെന്നിട്ട് ഭക്ഷണംണ്ടാക്കണ്ട. ചെക്കനും അനക്കുമല്ലേ വേണ്ടൂ."

നിറച്ചുവെച്ച പാത്രങ്ങൾ നീക്കി അലുമിനിയത്തിന്റെ തൂക്കു പാത്രവും കറിയെടുക്കാൻ പ്രത്യേക പാത്രങ്ങളും എടുത്തുതരും.

"പാത്രങ്ങൾ നാളെ ചെക്കന്റെ കയ്യിലിങ്ങട്ട് കൊടുത്തുവിട്ടൂട്."

പണി ഒഴിവാക്കി മുഴുവനായും നിൽക്കേണ്ടി വരുന്ന ദിവസം കളത്തിൽ നിന്ന് രണ്ട് ദിവസംകൊണ്ട് കിട്ടുന്ന കൂലിയെങ്കിലും പോരുമ്പോൾ അമ്മയുടെ കൈയിൽ വെച്ച് കൊടുക്കുകയും ചെയ്യും.

പടിപ്പുര കടന്ന് അടുക്കള ഭാഗത്തേക്ക് ചെന്നു. അമ്മ അടുക്കളയിലൂടെ കയറി അകത്തേക്കുപോയതും അകത്ത് നിന്ന് മകൾ വന്നു.

"ങാ... വാ... വാ... വല്യ ചിത്രം വര്ക്കാരനാണല്ലേ. ഉപ്പ എനിക്ക് വിളിച്ചുപറഞ്ഞിരുന്നു. നിനക്ക് ഒരു സമ്മാനം വാങ്ങിച്ചു കൊണ്ടുവരാൻ ഏൽപ്പിച്ചിരുന്നു ഉപ്പ. വാങ്ങി കൊണ്ടുവന്നിട്ടുണ്ട്. ഉപ്പ വരട്ടേ, എന്നിട്ട് തരാ."

അമ്മ അടുക്കളപ്പണിയിൽ മുഴുകിയപ്പോൾ അവൻ വെറുതെ തൊടിയിലും പറമ്പിലും നടന്നു.

തെങ്ങിൻതടങ്ങൾ കിളച്ചിട്ടിരിക്കുന്നു.

അഴിക്കാത്ത വളച്ചാക്കുകൾ രണ്ടെണ്ണം വീതം ഓരോ തടത്തിലും ഇറക്കിയിട്ടിട്ടുണ്ട്.

അപ്പോഴെല്ലാം എന്താവും തനിക്ക് വേണ്ടി അവർ വാങ്ങിക്കൊണ്ടുവന്നിട്ടുണ്ടാവുക എന്നറിയാനുള്ള തിടുക്കമായിരുന്നു അപ്പുണ്ണിക്ക്.

വീട്ടിൽ ഭക്ഷണമൊരുക്കേണ്ട ജോലിയൊന്നുമുണ്ടായിരുന്നില്ല. അതുകൊണ്ടുതന്നെ അമ്മ വേഗം പുറത്തിറങ്ങി. ഒരു പ്ലാസ്റ്റിക് സഞ്ചി അമ്മ തൂക്കിപ്പിടിച്ചിരുന്നു.

അതിലാവും തനിക്കുള്ള സമ്മാനമെന്ന് ഓർത്തിരിക്കെ

അടുക്കളയിലൂടെ മുറ്റത്തേക്കിറങ്ങി ഹാജി പറഞ്ഞു: "അപ്രത്ത് കൂടി കോലായിൽ വാ."

കൈയിൽ ഒരു നീണ്ട പൊതിയുണ്ടായിരുന്നു.

"ഇത് തരാനാ അന്നേം അമ്മനിം വിളിച്ചത്."

'ഞാൻ തൊറന്ന് നോക്കീട്ടൊന്നുംല്ല്യാ. ന്നാ മിടുക്കനാവണം."

അവൻ പൊതി വാങ്ങി അമ്മയോടൊപ്പം നടന്നു.

വീട്ടിലെത്തുന്നതിനു മുമ്പ്തന്നെ അഴിച്ചുനോക്കണമെന്നുണ്ടായിരുന്നു അവന്. പക്ഷേ അമ്മ...

അവൻ അമ്മയ്ക്കു മുമ്പേ കോലായിലേക്ക് കയറി.

പതിന്നാല്

സ്കൂളിൽ പോവുമ്പോഴും വീട്ടിലിരിക്കുമ്പോഴും അപ്പുണ്ണിയുടെ മനസ്സിൽ ബാലവേലയ്ക്കെതിരെയുള്ള ചിത്രങ്ങൾ കൂടിക്കുഴഞ്ഞു കിടന്നു.

ഒന്നും വേർതിരിച്ചെടുക്കാനാവുന്നില്ല. പണ്ടൊരിക്കൽ അച്ഛന്റെയും അമ്മയുടെയും കൂടെ ടൗണിൽ പോയപ്പോഴാണ് ജോലി ചെയ്യുന്ന ഒരു പാവം കുട്ടിയെ ആദ്യംകണ്ടത്.

ടേബിളിനു മുകളിൽ ഇലയിടുന്ന പണിയായിരുന്നു അവന്. അപ്പുണ്ണിയോളം പ്രായമുള്ള ഒരു പാവം കുട്ടി.

പിന്നീട് പലപ്പോഴും വിയർത്തൊലിച്ച് ജോലി ചെയ്യുന്ന കുട്ടികളെ വഴിയോരങ്ങളിൽ കണ്ടിട്ടുണ്ട്. പക്ഷേ ഒന്നും ഒരു ചിത്രമായി അവന്റെ മനസ്സിൽ രൂപപ്പെട്ടുവന്നില്ല.

ദിവസങ്ങൾ കൊഴിഞ്ഞു.

അവസാനം അവൻ ഒരു തീരുമാനത്തിലെത്തി. വാർപ്പുപണിക്കുവേണ്ടി കല്ല് ചുമക്കുന്ന ഒരു കുട്ടിയുടെ ചിത്രം മനസ്സിൽ രൂപപ്പെടുത്തി.

അവന്റെ കാലുകൾ തലയിലെ ഭാരം താങ്ങാനാവാത്തവിധം പിടഞ്ഞു പോവുന്നതുപോലെ വേച്ച് വേച്ച് പോവുന്ന ഒരു ചിത്രം.

പിഞ്ഞിയ വലിയ കുപ്പായം. ചപ്രത്തലമുടി. ദൈന്യത മുറ്റിയ മുഖം. എല്ലാം മനസ്സിൽ കണ്ടു.

വരയ്ക്കണം. എന്നിട്ട് ആദ്യം നാസ്സർമാഷെ കാണിക്കാം. മാഷ് പറയുന്നതിനനുസരിച്ച് ജോൺസൻ സാറിനെ കാണിക്കുകയോ അഭിപ്രായം ചോദിക്കുകയോ ചെയ്യാം.

ഒരേ രൂപത്തിൽ മൂന്ന് ചിത്രംവരച്ച് ഏറ്റവും നന്നായി എന്ന് തോന്നിയതും നാസ്സർ മാഷ് തിരഞ്ഞെടുത്തതുമായ ചിത്രം അവൻ ജോൺസൻസാറിനെ കാണിച്ചു.

"നന്നായിട്ടുണ്ട്." മാഷ്പറഞ്ഞു.

'ഒരു സന്ദേശവും കൂടി ഇതിന്റെ കൂടെ വരണം. അതും ഈ ചിത്രത്തിൽ ഉൾപ്പെട്ടു കിടക്കണം. സ്റ്റാമ്പ് സൈസിലേക്ക് മാറ്റുമ്പോൾ ചിത്രത്തിന് വ്യക്തതയുണ്ടാവണം. നിർദ്ദേശിച്ച അളവിൽ ഒന്നുകൂടി വരച്ചു നോക്കൂ. നന്നാവും."

ഒരു ദിവസം ചിത്രകൂടത്തിലേക്ക് പോവാനൊരുങ്ങുമ്പോഴാണ് ഒരു കവറുമായി മാഷ് വന്നത്.

"എന്താ അപ്പുണ്ണീ ക്ലാസ്സിന് പോവാനായോ?" അവൻ പെയിന്റിന്റെ പെട്ടിയും ബ്രഷുകളും പ്ലാസ്റ്റിക്ക് സഞ്ചിയിലാക്കി മേശപ്പുറത്ത് വെച്ച് കഴിഞ്ഞിരുന്നു.

ഹാജിയാർ കൊടുത്ത പെയിന്റുകൾ!

പൊതി അഴിച്ചപ്പോൾ അടുക്കിവെച്ച ഇരുപത് ചെറിയ ബോട്ടിലുകൾ. ബോട്ടിലുകളുടെ അടപ്പുകൾക്ക് ഉള്ളിലെ പെയിന്റിന്റെ നിറമായിരുന്നു. അഞ്ചാറ് ബ്രഷുകളും. ബ്രഷുകൾ കളറിൽ മുക്കിയെടുക്കുമ്പോൾ അറ്റം സൂചിമുനപോലെ നേർത്ത് വന്നു. സമ്മാനം അവനിഷ്ടമായി. ഇനി ഒരുപാട് കാലത്തേക്ക് വരയ്ക്കാൻ പെയിന്റും ബ്രഷും അന്വേഷിക്കേണ്ടതേയില്ല.

മാഷ് കവറ് അവന്റെ നേരെ നീട്ടി പറഞ്ഞു.

"ഇത് ജോൺസൻസാറ് ക്ലാസ്സിൽ വന്നെങ്കിൽ കൊടുക്കണം. ഇല്ലെങ്കിൽ നിന്റെ മാഷെ കയ്യിൽ കൊടുത്താലും മതി. വരുമ്പോൾ മാഷ് കൊടുത്തോളും."

ക്ലാസ്സിൽ കുട്ടികൾ ആരും എത്തിയിരുന്നില്ല. മാഷ് തുണിയിൽ എന്തോ വരച്ചുകൊണ്ടിരിക്കുകയായിരുന്നു. അതു ചിത്രമായിരുന്നില്ല.

എന്തോ പരിപാടിയുടെ ബാനറാണ്.

ചുമര് നിറയെ തേഞ്ഞ അക്ഷരങ്ങളുടെ പാടുകളായിരുന്നു. തുണികൾ ആണിയടിച്ച് വലിച്ചു കെട്ടി മാഷ് എഴുതിയതിന്റെ പാടുകൾ.

എഴുത്ത് കഴിഞ്ഞ് തുണി ഉണങ്ങി വലിച്ചെടുക്കുമ്പോൾ ചുമരിൽ പതിയുന്ന അക്ഷരങ്ങൾക്ക് പക്ഷേ പൂർണ്ണതയുണ്ടാവില്ല. എല്ലാം വക്കുകൾ മുറിഞ്ഞ് വികൃതമായി കിടക്കും.

അവൻ മാഷ് എഴുതുന്നതും നോക്കി നിന്നു. തുണിയിൽ എത്ര വേഗത്തിൽ! ഒരു കളറിൽ ചെയ്യേണ്ടവ മാത്രമാണ് മാഷ് എഴുതിവെച്ചിരിക്കുന്നത്.

ബ്രഷുകൾ കഴുകി മറ്റൊരു കളറിൽ മുക്കുന്നതിന്റെ എളുപ്പത്തിനാവണം അത്.

അക്ഷരങ്ങൾക്ക് എന്തൊരു ഭംഗി!

നോക്കിനിൽക്കെ ഓരോരുത്തരായി വന്ന് ചുറ്റിലുംകൂടി. അതോടെ മാഷ് എഴുത്ത് നിർത്തി. ക്ലാസ്സിലേക്ക് കടന്നു.

അവൻ കവർ മാഷെ ഏൽപ്പിച്ചു.

“നാസ്സർ മാഷ് തന്നതാണ്. ജോൺസൻ സാറിന് കൊടുക്കുവാൻ.”

“ഇന്ന് ക്ലാസ് കഴിയുമ്പോഴെക്കും മാഷ് വരും. അവിടെ വെച്ചോളൂ. പോകുമ്പോൾ ഒന്നോർമ്മയാക്കണേ...”

ക്ലാസ് കഴിയുന്നതിനു മുമ്പായിത്തന്നെ സാറ് വന്നു. കവർ വായിച്ചു നോക്കുന്നതു കണ്ടു.

കുറേനേരം മാഷ് അവന്റെ മുഖത്തേക്ക് തന്നെ നോക്കി. താനാവും കവർ കൊണ്ടുവന്നത് എന്ന് സംശയിച്ചാവും.

ക്ലാസ്സ് കഴിഞ്ഞതും മാഷ് പറഞ്ഞു.

“അപ്പുണ്ണി പൊയ്ക്കളയരുതേ.”

അവൻ കളർപെട്ടിയും കടലാസുകളും അടുക്കിവെക്കുന്നതിനിടയിൽ കവറിൽ നിന്നെടുത്ത പത്രകട്ടിംഗുമായി മാഷ് വന്നു.

“ഒരു ചിത്രം വരച്ച് അയച്ചാലോ അപ്പുണ്ണി?”

“എങ്ങോട്ടാ സാർ? എന്തു ചിത്രം...?”

“അപ്പോ നാസർ മാഷ് നിന്നോട് പറഞ്ഞില്ലേ?”

"ഇല്ല. കവർ മാഷ്ക്ക് തരാൻ വേണ്ടി പറഞ്ഞു. വേറൊന്നും പറഞ്ഞില്ല."

"അത് ശരി."

മാഷ് പത്രത്തിൽ നിന്ന് വെട്ടിയ കഷ്ണമെടുത്ത് വായിച്ചു.

സംസ്ഥാന ശിശുക്ഷേമസമിതി ശിശുദിനത്തിൽ പുറത്തിറക്കുന്ന സ്റ്റാമ്പിനായി രചനകൾ ക്ഷണിക്കുന്നു. ഒമ്പതു വയസ്സു മുതൽ പതിനെട്ടു വയസ്സുവരെ പ്രായമുള്ള കുട്ടികൾക്കു പങ്കെടുക്കാം. വിഷയം ബാലവേലയ്ക്കെതിരെ - ജാഗ്രത."

പിന്നെ വായിച്ചതൊന്നും അവൻ ശ്രദ്ധിച്ചില്ല. അയയ്ക്കേണ്ട വിധവും തിയ്യതിയുമെല്ലാം മാഷ് വായിക്കുമ്പോൾ അവന്റെ മനസ്സിൽനിന്ന് തെന്നി മറഞ്ഞു.

"എന്താ, ഒന്ന് ശ്രമിച്ചുനോക്കിയാലോ?" അവൻ വേണമെന്നോ, വേണ്ടെന്നോ പറഞ്ഞില്ല. "വിഷയം... ന്ന്... പറഞ്ഞാ?"

"കുട്ടികളെക്കൊണ്ട് ജോലിചെയ്യിക്കുന്നതിനെ നിരുത്സാഹപ്പെടുത്തുന്ന ഒരു ചിത്രം. രണ്ടാഴ്ച സമയമുണ്ട്... ഒന്നാലോചിച്ചു നോക്കൂ. രണ്ട് മൂന്ന് ചിത്രങ്ങൾ വരച്ചുനോക്കി, പറ്റിയ ഒന്ന് വേണ്ട മാറ്റങ്ങളോടെ നമുക്ക് അയച്ചുനോക്കാം. നിനക്കതിനുപറ്റും. തിരഞ്ഞെടുത്താൽ പതിനായിരക്കണക്കിന് പ്രിന്റുകൾ സ്റ്റാമ്പ് രൂപത്തിൽ അടിച്ചിറക്കും. ഗവർമെന്റ്, സ്കൂൾ കുട്ടികൾക്കിടയിൽ വില്പന നടത്തും. വലിയ തുക സമ്മാനം ലഭിക്കും."

പത്രത്തിൽ നിർദ്ദേശിച്ചതുപോലെ സ്വന്തമായി വരച്ചതാണെന്നും ഈ വിദ്യാലയത്തിലെ ഒരു വിദ്യാർത്ഥിയാണെന്നുമുള്ള സർട്ടിഫിക്കറ്റ് ഹെഡ്മിസ്ട്രസ്സിനോട് വാങ്ങി ചിത്രത്തോട് ചേർത്തു. ചിത്രം ടീച്ചർ ക്ലാസ്സിലെ കുട്ടികളെ കാണിച്ചു.

"ഈ ചിത്രം എന്താ പറയുന്നതെന്ന് നിങ്ങൾക്ക് മനസ്സിലായോ?"

അവർ മിണ്ടാതെ നിന്നതേയുള്ളൂ.

അയച്ചു കഴിഞ്ഞ് ഒരു മാസം കഴിഞ്ഞു കാണണം. അപ്പുണ്ണിയുടെ മനസ്സിൽ നിന്ന് വരച്ച ചിത്രം മാഞ്ഞുപോയിട്ടുണ്ടായിരുന്നു.

ഒരു ഉച്ചസമയം.

നീണ്ട ഒരു കവറുമായി ഹെഡ്മിസ്ട്രസ് അവന്റെ ക്ലാസ്സിനു മുമ്പിൽ വന്നു.

“അപ്പുണ്ണി ഇവിടെ വരൂ. ടീച്ചറും വരിം.”

അവർ കാര്യമെന്തന്നറിയാതെ പരുങ്ങി വരാന്തയിലേക്കിറങ്ങി നിന്നു.

‘അപ്പുണ്ണീ, പോയി നാസ്സർമാഷെ ഞാൻ വിളിക്കുന്നുവെന്ന് പറയൂ.”

അവൻ മാഷിന്റെ ശ്രദ്ധയിൽപെടാൻ തക്കവണ്ണം അരച്ചുമരിന്റെ വാതിൽ വിടവിൽ കയറി നിന്നു.

“സേർ... ഹെഡ്ടീച്ചർ വിളിക്കുന്നു.”

ഹെഡ്ടീച്ചർ കടലാസ്സെടുത്ത് വായിച്ചതും അവന്റെ ക്ലാസ്സ് ടീച്ചർ ക്ലാസ്സിലേക്ക് കടന്നതും കുട്ടികളോട് എന്തൊക്കെയോ വിളിച്ചു പറഞ്ഞതും അവൻ കേട്ടില്ല. മാഷ് അടുത്തെത്തിയതും ഹെഡ്മിസ്ട്രസ് കടലാസ് മാഷിന്റെ നേരെനീട്ടി.

അപ്പോഴേക്കും ടീച്ചർ അവനെ ചേർത്ത് നിർത്തി തലയിൽ തടവിക്കൊണ്ടിരുന്നു.

ഉച്ചയൂണിനുള്ള ലോംഗ്ബെല്ല് മുഴങ്ങി. കുട്ടികൾ ആർത്ത് വിളിച്ച് കൂട്ടത്തോടെ വരാന്തയിലേക്കിറങ്ങി. അപ്പുണ്ണിയുടെ ചുറ്റിലും കൂടി.

അവന്റെ മനസ്സിൽ വിവിധ വർണ്ണങ്ങൾ പൂത്തിറങ്ങി. ■

റഷീദ് പരപ്പനങ്ങാടി

അധ്യാപകൻ, കഥാകൃത്ത്, നോവലിസ്റ്റ്, ബാലസാഹിത്യകാരൻ. 1948 മെയ് 28ന് മലപ്പുറം ജില്ലയിലെ പരപ്പനങ്ങാടിയിൽ ജനനം. ജി.യു.പി.എസ്. നെടുവ, എ.എം.എൽ.പി.എസ്. കടുവല്ലൂർ, ജി.എൽ.പി.എസ്. ചാലിയം എന്നിവിടങ്ങളിൽ അധ്യാപനം. 2003ൽ പരപ്പനങ്ങാടി ടൗൺ ജി.എം.എൽ.പി. സ്കൂളിൽനിന്ന് വിരമിച്ചു. തിരൂരങ്ങാടി താലൂക്ക് ലൈബ്രറി കൗൺസിൽ സെക്രട്ടറി, പരപ്പനങ്ങാടി മുഹമ്മദ് സ്മാരക പൊതുവായനശാല സെക്രട്ടറി എന്നീ നിലകളിൽ പ്രവർത്തിച്ചു വരുന്നു. നോവൽ, കഥ, ബാലസാഹിത്യം എന്നീ മേഖലകളിൽ കൃതികൾ രചിച്ചിട്ടുണ്ട്.

പുരസ്കാരങ്ങൾ: *അബുദാബി പ്രതിഭ അവാർഡ്, സംസ്ഥാന അധ്യാപക കലാസാഹിത്യ സമിതി അവാർഡ്, ആശ്രയ ബാലസാഹിത്യ അവാർഡ്, സി.ജി, ശാന്തകുമാർ അവാർഡ്, ഭീമ ബാലസാഹിത്യ അവാർഡ്.*

ഗ്രീൻ ബുക്സ് പ്രസിദ്ധീകരിച്ച
ഗ്രന്ഥകർത്താവിന്റെ ഇതര കൃതി

വർണ്ണക്കുടകൾ (കുട്ടികളുടെ നോവൽ)